AL XURAAN CI WOLOF

ISBN : 2-7384-5966-8

Pathé Diagne

AL XURAAN CI WOLOF

Éditions L'Harmattan
5-7, rue de l'École-Polytechnique
75005 Paris

L'Harmattan Inc.
55, rue Saint-Jacques
Montréal (Qc) – CANADA H2Y 1K9

SANKORÉ

Ouvrages du même auteur :

- Pouvoir politique en Afrique occidentale, Présence africaine, Paris, 1967.
- Grammaire moderne du Wolof, Présence africaine, Paris, 1967.
- Pout l'unité ouest-africaine, intégration ou micro-état, Paris, Anthropos, 1972 (Thèse de Doctorat d'Etat en Sciences Economiques, Université de Paris-Sorbonne).
- Introduction à la culture africaine, ouvrage collectif, Paris, UNESCO-collection 10/18, 1976.
- Histoire générale de l'Afrique noire, volume 2, Paris, UNESCO, 1978.
- L'Europhilosophie face à la pensée du Négro-africain, Sankoré, 1979.
- Bakari II (1312) et Christophe Colomb (1492) à la rencontre de l'Amérique, Sankoré, 1992.
- Léopold Sédar Senghor ou la négritude servante de la francophonie au festival d'Alger.

Kàddu gu jëkk

Dañuy génné fii takk ci Al Xuraan ci Wolof.

Dafa ëmb juróom fukk ag ñatti saar ci téeméer ag fukk ag ñent yi ñu tekki te nu nekk ci Téerébi Al Xuraan bi .

Saar yooyu ñooy : ñatt ñi jëkk ag fukk ag juroon yi mujj.

Dañu leen tànn génné ba mën yombal gannaaw loolu tasaare mu jottali ñepp Teere Al Xuraan bi.

Dama fas yééne ci lu gàtt boole boroom xamxam yi ci ngénné Al Xuraan ci wolof fu mu dee mbiru ñépp.

Maa ngiy sant Kumba Gey, Faatu Saar, Tina Cesaltine, Ndey Faatu Mbay noo tappe mbind mi. Di sant Buubakar Kan di jangale Ecole Normale mi ko toppaat.

Teerebkat bi

Avant propos

Nous publions ici un condensé du Coran en Wolof.

Il comporte soixante quinze des cent quatorze sourates traduites que contient le Coran.

Il s'agit ici des douze premières et des soixantes trois dernières.

Ces sourates ont été choisies et publiées pour préparer la diffusion et l'accès du grand public à la totalité du texte .

J'ai choisi de faire de la publication d'une édition finale, un challenge collectif auquel seront associés tous ceux qui peuvent y apporter une contribution.

Je remercie Kumba Guèye, Fatou Sarr Tina Césaltine, Ndeye Fatou Mbaye qui ont assuré la saisie à l'ordinateur de ce texte. Sans oublier Boubacar Kane, professeur à l'Ecole Normale Supérieure qui a bien voulu le relire.

L'Éditeur

UBBI

1 – Al Xuraan jii ñuy jéema tekki fii ag di ko bind, bi fi lislaam duggee ba tay, julliti suñu wàllu réew yii, danu mës di ko tëral ci seeni làkk, ba mën xam li baatu Yàlla biy leeral.

2 – Loolu ngir jàppe ko seen xel,tàbbal ko ci seen xol, ba mën rafetal topp seen Boroom.

3 - Tari, tekki ag firi Al Xuraan, Yàlla dafa ko santaane. Dafa dëppoog it ag lu yomb nangu, ci réew ag xeetu Afrig yi cosaanoo démb, te bokk ci ñi jëkk jiitël xam, xamxam ag xamme. ***Téere bii****, Yàlla moo ni ci "Moom doŋŋ moo ko mën tekki (suraat 3 – laaya 5). Loolu dafa wane ni ku koy tekki mbaa leeral, mënul lu dul di jéem jege li mu ci làxx. Teewul mu santaane ñu jàng ko, te di jéema xam li mu ci ëmb, ag li muy feeñal.*

INTRODUCTION

1 – Le Coran dont nous essayons de donner ici une modeste traduction écrite, les musulmans de nos contrées n'ont eu cesse de le naturaliser dans leur langue, de manière à saisir ce que la Parole de Dieu éclaire.

2 – Cela avec le dessein de le comprendre dans sa rationalité, de l'appréhender dans leur coeur, afin de servir Dieu de la meilleure manière.

3 – Réciter, traduire et commenter le Coran, est une prescription que Dieu a faite. Celle–ci rencontre facilement l'adhésion parmi les nations d'Afrique qui appartiennent à de vieilles traditions, et qui, parmi les premières, ont privilégié le savoir, la science et la sagesse. Le **Livre** affirme que Dieu seul à pouvoir de donner aux versets du Coran leur sens exact (Sourate III, verset 5). Cela montre que toute explication ou interprétation n'est qu'approche de ce qu'il y a de caché. Il n'en ordonne pas moins de tenter de saisir ce qu'il recèle et qu'il révèle.

4 – Santaane wi moo waral, ci Afrig, bi fi lislam duggee ba tay, daara yi di dajale xale yi, ñu jëkk tari Al Xuraan ju sell ji. Su mokkee mbaa ñu mokkal ci lu tane ñu tekkil leen ko, firil leen li ñu ci jàng te jàpp ko.

4 – C'est cette prescription qui légitime en Afrique, dès l'apparition de l'islam, la création d'écoles qui rassemblent les enfants, pour qu'ils commencent d'abord à réciter le Coran sacré. Une fois qu'ils le savent ou qu'ils en récitent une partie, on leur traduit et commente ce qu'ils en ont retenu.

5 – Fii, dañoo màgg ci wetu ay waa jur, ñu gindee nu noonu ci diine ji.

5 – Ici, l'on grandit à l'ombre de parents qui éduquent de cette mañière en matière de religion.

6 – Goora Jaañ sunu maam di lébu lamtuna bokk cin jaañeen yi sos nguuru Baragwatan reewum Barag jàppe Marog ba Ndeer mbaa Ndar géej ag Soor Jaan dun yi law def Ndar ci bëlu Jukk dexu Senegaal. Dafa jogé Baragwata nëw sos Ker Goora ci Kajoor. Muy Péey mu siiw ci diine dolli di Teeru, law jàpp Paal, Sakal Ra Baccas ag Ciise.
Mooy Maam Paate turandoo woowu ma jukkale liggéey bi

6 – Gora Diagne, notre aïeul, lébu lamaan parmi les Diagne, fondateurs du Baragwata, royaume du Barag, allant du Maroc actuel à Ndeer sur mer et Sor Diagne, îles à l'origine de Saint-Louis à l'embouchure du Jukk ou Fleuve Sénégal, vint s'installer au Kayor. Il y fonda ker Goora, métropole religieuse et ville commerciale influente dans les régions de Pal, Sakal, Rao Bathias et Thisse.

Caatu Roxxaya Tafsir Umar Sàll mi sanc liggéey daara te daan jangale, moo i liggéey

Fils cadet de Rokhaya Tafsir Oumar Sall qui ouvrit une école coranique où elle enseignait,

tekkimi mii dafa bokk ci maasi jamano, ñoo xam ni Astou Naar, Yuusufa Sàll, Ablaay Njaay, Amet Jeng ag Maxtaar Jeng ñoo leen jangal

le traducteur de texte appartient à une génération qui étudia auprès de Astou "la mauresque", Youssoupha Sall, Abdoulaye Ndiaye, Hamet Dieng et Moctar Dieng

Jéementu wi ñu sumb danu ciy wut doŋŋ lu ñu xirtale ulema boroom xamxam yi, ag Aafisul xuraan yi, ba ñu tëŕak ci mbind, tekki ag firi yu wer yi war Téeré bii ñu téen ndonoloo .

L'exercice que l'on entreprend ici vise à pousser les savants uléma et les maîtres de Coran, à fixer par écrit les traditions de traduction et de commentaire autorisées du Livre dont ils sont les dépositaires.

7– Jullitu Taari yi manaam wa Afrig yi, danu bokk ci ñi jëkk xer ci dëj tey, lawal lislaam ag Al xuraan ci gisgis ag aada yi fi gën rafet.

7 – Les musulmans du continent africain sont parmi les premiers à avoir fait montre de détermination pour asseoir et diffuser l'islam et le Coran dans les perspectives et les traditions les plus belles.

***8** – Lislaam bi muy feeñ fii, ndali Ghana la fi fekk wu Tekruur, Wadaan ag wu Gaawo, manaam wu Zaghawa. Booba nguur yooyu ñooy law ba ca géeju Mediteraane. Dañu fa sakk ay dëkki teeru naka Talamseen, Sigil Maiga mbaa Tangiita. Noo ame booba wurusu addina wi; di demanteeg Europ, Penku ag Bisaans.*

8 – L'islam en Afrique apparut à l'époque des Empires du Ghana et du Zaghawa.
Ces deux puissances politiques rayonnaient alors jusqu'en Méditerranée.
Elles y avaient créé des comptoirs commerciaux comme Talamsen, Sigil Maisa, Tanger. Elles contrôlaient l'or du monde, commerçaient avec l'Europe, l'Orient et Byzance.

9- Bi ñoo dugg ci 8 teemeri at, lislaam tàbbi na ci xel yi, ag ci nguur yi.
Ghanawa yi, Zaghawa yi ag seeni paraale, dëj nanu booba nguuri islaam yu bees, jiital doxalin wùl yaatal di boole ag yamale ñit ñépp ci wàllu diine. Looloo waral mbootayu xarijiit yi jòg taxawal diine jamono joojor.

9- Au début du VIIIe siècle, l'islam pénètre les esprits et les pouvoirs. Les Ghanawa, les Zaghawa et leurs alliés installent de nouveaux royaumes islamisés qui privilégient une démocratie très large et populaire, conforme à leur tradition. C'est là l'origine des grands mouvements kharijites qui bouleversent et adaptent l'islam au mieux.

10- Tarix Ibn Siyaad Abdallaah Ibn Walghu di lamaan ghanawa, looloo ko jóo ci togg xare, dëj nguur Espaañ ag wall ci Erobu Mediteraane, tublóo leen ci 710. Masayar (Maycara) beneen ghanawa la daan yanu, di jaay ndox; dana jog jiite mbootaayu jullit, foxxati nguur gi ci reewum Tarix moomu. Mooy nekki imaam ag xalifa wi jëkk ci xeeti Afrig yi.

10- Tarih Ibn Ziyaad Abdallaah Ibn Walghu, un lamaan ghanawa, conquiert, en 710, militairement, et islamise l'Espagne et une partie de l'Europe méditerranéenne.
Masayar appelé Mayçara, un porteur d'eau, se manifeste comme guide en 730. Il prend le pouvoir dans le pays de Tarih et devient le premier calife-imaam africain.

11- Nguri Talamseen, Sigil Maisa, ya woon ag yu bees yi na Tahert 761, mba Fes 786, noonu la ñu lawe ñoom it gën dëgëral lislaam ci jamono yooyu.
Ndaali Ghanna ci jamono yooyu la fa lislaam menn.

11- Les anciens pouvoirs comme Talamsen, Sigil Maisa et les nouveaux nés à Tahert 761, et Fès 786, vont s'étendre et consolider la nouvelle foi.
C'est à la même époque que l'islam s'épanouit au Ghana.

12 – Gannaaw xewxew yooyu la Njawar Jaagiliba njitu xare reewum Ghana di togg xare wiy dëji xalifa fatimid. Dafa ëmb ci gannawam li dale Walata ba Sijil Maisa ag Tangita ci géeju Atlantig ci 958, jublu kaw ag penku, dem ba Espaañ, Sisil, Sardaañ, Misira ag Siri wann leen.

12- C'est à la suite de Tarih que Njawar Jaagiliba, commandant des armées du Ghana, mène la guerre sainte dont naîtra le Khalifat fatimide. Il conquiert, dans sa foulée, l'espace qui va de Walata à Sigil Maisa et Tanger sur l'Atlantique, en 958–968, se dirige vers le Nord et à l'Est. Il atteint l'Espagne, la Sicile, la Sardaigne, l'Egypte et la Syrie qu'il annexe.

13- Moo sanc pénc mi di Keer ci 969, tabax El Asar 970, samp Al Muhiz naka xalifa. Gannaaw gi la walbati Bagdaad ci 973 teg ci kiraayam ñatti dëkk yu sell yi : Maka, Medin ag gerisalam

13- Il fonde le Caire, en 969, construit El hazar, en 970, amène Muhiz et le fait consacrer Khalife, après sa victoire sur Bagdad en 973 tout en se déclarant protecteur des trois villes saintes : la Mecque, Médina et Jérusalem

14 – Mbootaayu xariijit yi mu bokkal jamono, Abu Yazid, benn zaghawa judoo Gaawo di jàngkat wu mag, bokk ci yoonu Ibaadit yi, tey doomu jula wu am alal moo ko sos ci 946, jiital ko.Abu yasid moom dafa jóg jublu Ifrihiya manaan Tanisë mba Tunisiya ngir beesali ji fa diine ju bees ji

14 – Le mouvement xarijite qui naît, à la même époque, est fondé, en 946, par un Zaghawa, Abu Yezid, né à Gao, grand érudit ibadite et fils d'un riche négociant.
Abu Yazid ira lui.à la conquête de l'Ifrihiya ou la Tunisie afin d'y renouveller la nouvelle foi.

15 – War Jaabi Njaay di Buuru Tekruur moo gatandu, dëkkal ci :Gede, maraabat Ghana, yiy sosi mbootayu Almorawid

15– War Jabi Ndiaye, souverain du Tekruur, accueille et installe à Gedé, en 1040, les marabouts ghanawa à l'origine du mouvement almoravide.

i, (1055–1147). Dafa dooleel Tasfiin jógé ci réewum Teen Samoren ànd ag Telegin njiitu Lamtuna wi ko ëndi Gede.

War Jaabi dafay dooleel mbootay googu. Dafa koy boole ag xare wu mag wu jarbaatam Lebu Sàll jiite, ànd ag Yahya Ibn Taashfiin, Abuubakar Taashfiin wiy sëyag Farimata Sàll jigéenu Lebu, Yuusuf, bokk ɲeño ag Abuubakar.
Ñooñu ñoo ànd ag njiitu diine wiy Ibn Yaasin, ab ghanawa wu, bawo ci moomeelu Teeñ amoren.

Ñooñu ñoo lawal xilaafaatu Almorawid yi, folli Umeyyaad yi ci ngànnaaru Afrig ag ci Espaan.

Almoxaad yi leen di wuutuji foom ci seen bopp Ghana lañu bokkoon.

6 – Tumer mi jiite Almohaad yi ghanawa la. Almohaad yi (1160–1212) ñoo yóbbu fu sore dekkali diine ag xamxam bi islaam yewwi. Ci jamono Almohaad yi la Ibn Tofaayil ag Ibnu Rush feeñ, dekkali Aristot ag xamxami démb.

Il soutient Tachefin, originaire du pays du Tin Zamoren et Telegin, le chef lamtuna qui le fait accueillir à Gedé.

War Jaabi prête force au mouvement. Il lui fournit une armée conduite par Lébu Sall, son neveu et héritier. Aboubacar Tachefin, son beau–fils, époux de Farimata Sall, soeur de Lébu, Youssouph Tachefin, cousin de Aboubacar. Ce sont eux les compagnons de Ibn Yasin venu du pays du Teeñ Zamaren.

C'est eux qui vont étendre le Khalifat almoravide en s'emparant des royaumes ghanawa d'Afrique du Nord et Ommeyyade d'Espagne.

Leurs successeurs almohaad eux-mêmes relevaient de la mouvance du Ghana.

16– Tumert, leur guide, était un Ghana– wa. Les Almohaad (1160-1212) portèrent loin la Renaissance religieuse et scientifique déclenchée par l'islam. C'est à cette époque qu'apparaissent Ibn Tofaïl et Ibn Rush (Averroes) qui ressuscitent Aristote et la pensée ancienne.

17 – Maali wu Kanku Maisa ag Bakari mi jàll atlantig ci 1312 dana lawal islam fay nekki Amérig.

17 – Le Mali de Kanka Maisa et Bakari II le mansa navigateur qui traverse l'Atlantique en 1312 portera l'islam Outre Atlantique.

Songhai, wu Soni yi ag Askiya yi, ñooy ubbil bunt bi Suleymaan Baal, Usman Dan foojo, Aaj Umar Taal ag Samori Ture.

Le Songhaï des Soni et des Askia, ouvrira la voie à Suleymaan Baal, Usmaan Dan Fojo, El Haj Umar Taal et Samori Ture.

Boroom xamxam yu Ghana, Gawo, Tekruur ag Maali yooyu boole Soninke, Lebu–wolof, Pël, Séeréer, Tuareg, Hausa mba Zaghawa ñii ñuul, ñii xees, ñii xeereer, ñii weex, ci ñi jëkk tekki firi ag lawal Al xuraan ci seen làkk lañu bokk.

Les savants de Ghana, de Gao, de Tekrour et du Mali, formés de Soninké, de Lébu–wolof, de Peul, de Sérère, de Touareg, de Zaghawa, de Berbères noirs, rouges–ocres, clairs ou blancs, sont parmi, ceux qui auront les premiers, traduit et commenté le Coran dans leur langue propre.

18 – Yunus Bil Iyaas (842–844) di sëtu Tarih, jiitu Lamtuna ci Baghawarta miy Marogu tay, moo jëkk tekki ag bind ëpp na fukki teemerib at Al Xuraan ci làkku lamtuna, zanaga.

18 – Yunus Bil Iyaas (842–844), petit-fils de Tarih, chef lamtuna du Bhagwarta, devenu le Maroc d'aujourd'hui, a traduit et transcrit le premier le Coran en langue lamtuna il y a de cela plus de mille ans.

*Ghomara yi dëkk wetu Tetuwan, daa nu defi lu ni mel. Ci gannaaw gi, Tumer mi dëj xalifaatu Almoxaad moom itam tekki na **Téeré bi** ci làkkam.*

Les Ghomara vivant du côté de Tetouan ne seront pas en reste. Tumert, fondateur du mouvement almohad, traduira le **Livre** dans sa langue.

Ulema soñinke yi, wolof yi, al pulaaren yi, hausa yi, Kiswahili kanembu yi, bamun yi, soose yi, Taraga yi, daa ñu tekkiji Al xuraan, firi ko, bind ko ci seeni arafi bopp, mbaa ci yaxu araab.

Les Uléma soñinké, wolof, al pulaar, hausa, kiswahili, kanembu, bamun, taraga ou touareg, mandeng ou socé, ont traduit le Coran pour le commenter et le fixer par écrit dans leurs graphies propres ou avec l'alphabet arabe.

19 – Bindu bamun mba ajami Hausa ag walafal yi ñu ko tënke lu fi yàgg lañu.

19 – L'écriture bamun, l'ajami–hausa et le walafal utilisés à cet effet sont anciens.

Cosaan loolu moo ubbil yoon gannaaw gi kelifa diine ag boroom xamxam yi : Sultan Njooya, Malaam Jibril, Usmaan Dan Foojo Dem, Cerno Mombeya, xali Majaxate Kala, Tafsir Umar Sàll, Aaj Malik Si, Sheex Amadu Bamba mba Sëriñ Ma Isa Ka, Seriñ Limaamu Laay, Ibraxim Ñas, Seriñ Aale Fall Sall, Seriñ Abiib Sall, Seriñ Abdu Aziiz Si, Seriñ Aadi Ture, Sëriñ Abbaas Sàll ag seeni bokk jamono.

Cette tradition a ouvert plus tard, la voie au Sultan Njoya, au Malam Jibril, à Usman Dan Fojo Deem, Cerno Mombeya, le Cadi Majahate Kala, Amadu Saar Njaay Saar, Tafsir Umar Sall, El Aaj Malick Sy, SheexAhmadou Bamba, Serigne Ma Isa Kâ, Serigne Limamou laaye Sheex Ibraxima Ñasse, Serigne Aale Faal Sall, Serigne Habib Sall, Serigne Abdu Aziz, Serigne Aadi Touré, Serigne Abbas Sall et leurs contemporains.

20- *Aada tekkinu Al xuraan yi ñu def ci lakki Afrig yi, du jéex. Li tumuranke mooy ñu bind leen ci daara yi. Foofu la yàkkamti def ko, mëne soxxikoo. Jot googu ci tekki Al xuraan ba bind ko,*

20- Les traditions établies de traduction du Coran en langue africaine ne se comptent plus. Le fait rare est de les voir fixées par écrit dans les écoles. C'est de là que naît l'urgenceOn l'a ressentie alors que l'on menait,

am na fanweeri at ñu yëg ko. Booba ñu ngiy liggeey ci IFAN ci wallu làkk yi ag sunu yeneeni nawle.

. il y a près de trente ans, des recherches sur les langues à l'IFAN, avec d'autres collègues.

21 – Jot googu moo ñu jóo ci jëeméntu wii. Moo ñu jóo, ci jële Al xuraan ci tekki mi ko Arkun tekki ci faranse, ngir wane benn ci yoon yi nu mëne lawale, nu gaaw, Téeré bi; lawal mbind diine ag xamxam, ci njàngum xale yi ag xëyna mag ñi itam.

21 – C'est cette urgence qui légitime ce modeste exercice. Elle a incité à traduire le Coran, à partir de la version française du Professeur Arkoun, avec l'intention de suggérer une voie susceptible de diffuser rapidement le texte, l'écriture, la religion et sa science dans la formation de la jeunesse, voire celle des adultes.

22. - Li mooma doli duggal ci tekki ag génnée Al xuraan ci wolof, dafa fekk jàng ag jàngale xamxambi làkk bokk ci samay ite.

22 – Ce qui m'a également poussé à traduire et publier le Coran, tient au fait qu'étudier, enseigner les sciences de la langue et éditer, relèvent de mes préoccupations professionnelles.

23- Am na ay at ñu door di foraatu, di tekki ag génné ciy téeré : ay tànn; ay way, mbindi xamxam ag pexekaay mbao tegñig yi dëppoo ag jamano ci làkki Afrig yi te di jëriño arafi araab mbaa yu lateñ.

23- Linguiste, je me suis habitué depuis quelques années à collecter, traduire et publier des anthologies, des textes africophones de science et de technique grâce aux graphies en lettres arabes ou latines.

24- Naari mbindin yooyu yépp danu tibbe seen cosaan fa doon Misira ag Sumeer: ñaari rééw yu yàgg yu mësoon ëmb xalaat ag ñitin yu lislaam, ñëw ba Ma

24- Ces deux écritures tirent, on le sait, leurs origines de l'Egypte ancienne et de Sumer, qui ont produit les idées et les humanismes que l'islam après Moïse

Maisa Isa ag Isaa wëyé, beccali leen, gën leen dëj ag saxal ci xol yi ag xel yi.

25 – Waaye li am, maanaa ci lii yépp, nanu ko waxaat, mooy dañoo ñaan boroom xamxam yi tari, tekki ag firi Al Xuraan weesu bu gaaw li, ñoo jëem mentu fii. Nu bind seeni liggéey, ba jullit yi ag jàngkat yi ci suñiy gox, ag yenee ñi goxi addina yi, ñoom ñépp mën jot ci ***Téeré*** *bi, di ko tari ci arab, di ko wax ag di nemmeeku li mu ëmb ci seeni lakki bes bu nekk. Sëriñ su baax si, ñoo ko wax "****Al Xuraan*** *loo ci wax lu mu tuuti tuuti, fexeel ba xam lu mu tekki."*

Paate Jaañ

et Jésus aura renouvelés et bien enracinés dans les esprits et les coeurs.

25– Ceci dit, l'essentiel est, répétons-le, notre souhait de voir les maîtres de savoir qui ont récité, traduit et commenté le Coran, aller rapidement au-delà de ce modeste exercice. Qu'ils fixent par écrit leurs oeuvres, que les musulmans et les lecteurs d'ici et d'ailleurs accèdent au **Livre**, qu'ils récitent en arabe pour le dire et le reconnaître dans leur langue de tous les jours. Les guides vénérés l'ont souligné : "Le peu que tu dis du **Coran**, tâche de le comprendre pour le moins."

Pathé F. Diagne

TANN

Suraat wi jëkk
Wacce Màkka 7 laaya
Benn – Senn – Menn la– Raax Menn – Raax Yërëm

1– Màggal Yàlla buuru dunyaa
2– Raax Menn Raax yërem.
3– Buuru bésu sëddale ba.
4– Yaw la ñuy jaamu, yaw la ñuy ñaan ndimmël.
5– Teg ñu ci yoon wi jub,
6– Ci yoonu ñi nga bégale say mbaax;
7– ñi la merloowul te réeruñu

Suraat CXIV
Ñit ñi
Wacce ci Màkka 5 laaya
Benn – Senn – Menn la – Raax Menn – Raax Yërëm

1– Nil damay wut kiiraay ci sunu Boroom
2– Buur ci ku di nit
3– Yàlla ci ku di nit
4– Wàttu ma ci mbonu kiy sol xalaat yu bon tey rocceeku
5– Di wal lu bon ci xoli nit ñi

SURAAT CXIII
Bes tenk
Wacce Màkka 5 laaya
Benn – Senn – Mennla – Raax Menn – Raax Yërëm

1– Nil damay wut kiiraay ci Yàlla fa biir sete
2– Muslu ci mbon gi ci mindeef yi mu sàkk
3– Muslu ci musiba guddi lëndem kërüs fa mu ñu bette
4– Muslu ci mbonu dëmm yiy wàl ciy paspas
5– Muuslu ci musibë kâñaanu ki añaan

Suraat CXII
Kenntalaayu Yàlla
Wacce ci Màkka 4 laaya
Benn – Senn – Menn la – Raax Menn – Raax Yërëm

1– Nil : Yàlla kenn là
2– Di Yàlla mi di ba faww; ki jürul kenn

3– ki kenn jurul
4– Te amul ku mu yamal

Suraat CXI
Abu Laxab
Wacce ci Màkka 5 laaya
Benn – Senn – Menn – Raax Menn – Raax Yërëm

1– Na ñaari loxo Abu Laxab ya raaf, te mu raaf moom ci boppam
2– Alalam aki jëfam du ñu ko jeriñ dara
3– Danañu ko lakk ci safara say boy
4– Moog jabaram ja yanu matt
5– Te ci baatam la noo yeewi buumu xañci tandarma

Suraat CX
Ndimmël li
Wacce ci Màkka 3 laaya
Benn – Senn – Menn la – Raax Menn – Raax Yërëm

1– Bu nu ndimmalal Yàlla ag ndamam ganesee
2– Daa gis nit ñi faxx andandoo jébbolusi ci diine Yàlla ji
3– Tàggeel Boroom bi tey baalu ndax dafa sopp di baal nit ñi.

Suraat CIX
Weddikat yi
Wacce ci Màkka 6 laaya
Benn – Senn – Menn la – Raax Menn – Raax Yërëm

1– Yeen weddikat yi
2– Duma gëmi li ngeen gëm
3– Du ngeen gëmi li ma gëm
4– Gëmuma li ngeen gëm
5– Gëmuleen li ma gëm
6– ngeen am seen diine, man ma am sama jos.

Suraat CVIII
Kawsar
Wacce ci Màkka 3 laaya
Benn – Senn – Mennla – Raax Menn – Raax Yërëm

- Dañu la jox kawsar
- Tallalal ñaan ci sa Boroom te nga rendil ko saraxe.
- Ki la bañ dana génn addina te du bàyyi gannaaw

Suraat CVII
Ndap yi
Wacce ci Màkka 7 laaya
Benn – Senn – Mennla – Raax Menn – Raax Yërëm

- Loo xalaat ci ki jàppe diine ji na fen ?
- Kooku mooy kiy jañax njirim wi
- Te du xiir ñeneen ñi ci dundal ki amul.
- Subbooxun ñiy julli
- Te di ko wayafal
- Te def ko muy ngistal
- Tey aaye jumtuwaag yi ñu soxlo ñi leen soxla

Suraat CVI
Xoreyshit yi
Wacce ci Màkka 4 laaya
Benn – Senn – Menn la – Raax Menn – Raax yërëm

- Ag Andandoo xoreyshit yi
- Ag seen àndoo ba mën yonnée jëgg yi noor ag nawet
- Na ñu topp Yàlla ci gëmuwaay wii, Yàlla ji leen dundaloon ca xiif ba.
- Te tàggalewoon leen ag fitna ya.

Suraat CV
Ñay wa
Màkka la wacce 5 laaya
Benn – Senn – Menn la – Raax Menn – Raax yërëm

- Ndax gis nga ni Boroom bi def ñi àndoon ag ñay wa ?
- Ndax dafa jóowulwoon ci tiis seeni manmanee ?

3– Ndax dafa yonnéewulwoon ci seen kaw piccu abaabil ya ?
4– Tey Jolal ca seeni bopp, doj yooyu and ag ay mandarga yu ñu rëdde ca Asamaan
5– Dafa leen dëggaate na pepp moomu jur gi dëggaate.

Suraat CIV
Soskat bi
Màkka la wacce 9 laaya
Benn – Senn – Menn la – Raax Menn – Raax yërëm

1– Subbooxun soskat, boroom wax ju ñaaw
2– Kiy dajaley alal di rënkal am-anam ëllëg.
3– Defe na ni amamam, dinañu ko may dund ba fàww.
4– Ci lu wèr, danañu ko joo ci Al xotama
5– Ku lay waxi luy Al xotama ?
6– Mooy taalu Yàlla wi ñu taal
7– Muy jàppi ca xol ñi ñu rëbb.
8– Dafa leen di ëmbi naka puju néeg
9– Wu dëju ciy kénu

Suraat CIII
Takkusaan
Màkka la wacce 3 laaya
Benn – Senn – Menn la – Raax Menn – Raax yërëm

1– Waat naa ko ci waxtu tàkkusaan wi
2– Nit mooy liggéey li koy sànk.
3– Gannaaw ñi gëm, tey def jëf yu baax, di digal, seeni moroom, dëgg ag muñ.

Suraat CII
Mbëggéelu am alal
Wacce ci Màkka 8 laaya
Benn – Senn – Menn la – Raax Menn – Raax yërëm

1– Bëgg yokk seeni amam dafa leen def tiis,
2– Ba waxtu wa ngeen wacce ci bàmmeel
3– Waaye ci lu gàtt daangeen xam !
4– Ci dëgg ci lu gàtt, daangeen gis !
5– Cëy su ngeen amoon xamxamu dëgg gi

6– Daangeen gis Safara
7– Daangeen ko gis ag seeni gët
8– Bu boobaa danu leen seedeloo seeni bannexi addina

Suraat CI
Rëkk wi
Wacce ci Màkka 8 laaya
Benn – Senn – Menn la – Raax Menn – Raax yërëm

1– Rëkk wi. Lu di rëkk wi?
2– Ku lay dégtali liy rëkk wi?
3– Bes bu nit ñi tasaaroo naka ay lëpplëpp
4– Ba tund yi toj na poxxu fàlley wu ñu suub
5– Ki nga xam ni ay jëfam diis na ci nattukaay wa, dund wu fees dell ag banneex lay am.
6– Ki nga xam ni ay jëfam dafay wayafi ci nattukaay wa kàmb mooy dooni dëkkuwaayam.
7– Ku lay nettaliji lu di kàmb googu?
8– Mooy taal biy xamb.

Suraat C
Naaru góor yi
Màkka la wacce 11 laaya
Benn – Senn – Menn la – Raax Menn – Raax yërëm

1– Ag naarugoor yiy daw bay xiix
2– Ag naarugoor yiy dóor seeni wee ci suuf si, tey jóllil iy ferñent
3– Ag ñiy song di xare ag noon yi, ci njël
4– Di yëkkati pënd béeg seeni dëggu tank
5– Di xall seeni yoon ci biir gàngoori noon yi,
6– Ci dëgg nit amul kóllëre ci boroomam.
7– Moom ci boppam seede na ka
8– Mbëggéelu alalu addina lekk na ka
9– Ndax dafa xamul ni, bu walbatee yaram yi tëju ci bàmmeel
10– Ba li laxxu ci xol feeñ ba fés
11– Ni Yàlla dana xami foofa seeni jëfin?

Suraat XCIX
Suuf su yëngu
Wacce ci Màkka 8 laaya
Benn – Senn – Menn la – Raax Menn – Raax yërëm

1– Bu suuf si yëngatóo, yëngatu wu metti
2– Ba yëngal yi mu gàddu
3– Nit dana laaj : Lan a ko dal?
4– Foofa dana nettali la mu xam
5– Li ko sa boroom biy soli ci xelam.
6– Ci bés booba nit ñi daanu dox andando def ay mbooloo ngir gisi seeni jëf
7– Ki mës def lu bax lu day na pepp, dana ko gis,
8– Te ki mës def lu bon lu day na pepp, dana ko gis itam.

Suraat XCVIII
Firnde wu leer nàñn
Wacce ci Màkka 8 laaya
Benn – Senn – Menn la – Raax Menn – Raax yërëm

1– Weddikat yi bokk ci ñi jot mbind yi ag xérëmkat yi xàjjalewuñu def ñaari xaaj, lu jiitu firnde wu leer nañn wi;
2– Ab ndawal Yàlla wu leen jàngal kayit yu sell yi, denc mbindi dëgg yi
3– Ñi jot ci mbind yi séddoowuñu, sakk ay mbootaay lu jiitu firnde wu leer nàñ wi egsi ci ñoom.
4– Lu ñu leen sant lu mooy topp Yàlla ci topp mu wér, jubal, di julli, te di saraxe; looloo di diine dëgg ji.
5– Weddikat yi, ci ñooñu jot ci mbind yi, ag xérëmkat yi, danañu dëkk ba faw ci safara jaanama. Dañu di ñi gënë dëŋŋ ci mbindéef yi ñu sàkk yépp
6– Ñi gëm tey def lu baax, ñoo gën ci mbindéef yi ñu sàkk yépp
7– Seen neexal ci Yàlla tool la yuy dex di wal ñu di ca dëkki ba faww
8– Yàlla dana bég ci ñoom te ñoom it danañu bég, ci moom. Lii mooy nég ki ragal Boroom bi.

Al Xadar Kattan, dog, ndigal
Wacce ci Màkka 5 laaya
Benn – Senn – Menn la – Raax Menn – Raax yërëm

1– Ñoo wàccee Al xuraan ci guddi xadar
2– Ku lay xamal lu di guddi Al ndigal xadar?
3– Guddi xadar gën na lu ëpp junny weer.
4– Ci Guddi googu la malaaka yi ag xel mu sell mi di
wàcc ci ndigëlal Yàlla, gàddu yi mu dogal ci béppu mbir
5– Jàmm ji ànd ag googu guddi ba biir set.

Suraat XCVI
Derat ji way, Tafu
Wacce ci Màkka 19 laaya
Benn – Senn – Menn la – Raax Menn – Raax yerëm

1– Jàngal, ci sa turu Boroom mi sàkk lépp
2– Sàkk nit ci lumbu derat (Luy tafu) ju way
3– Jàngal ndax sa Boroom mooy ki gën yéwén
4– Moo la jàngal jeriñoo xalima
5– Moo jàngal nit, li nit xamulwoon.
6– Waaw. Waaye nit dafa fippu
7– Naka mu gis ni am na alal.
8– Lépp ci Yàlla la war dellu
9– Loo defe ci kiy tere
10– Surga mu julli ci Yàlla
11– Na mu mel ci yaw ? Su taamuwoon yoon wi jub
12– Te santaane ngëm nag !
13– Na mu mel ci yaw su nit jàppee dëgg aw fen joxe gannaaw?
14– Ndax dafa xamul ni, Yàlla xam na lepp ?
15– xam na ko; Su jekkiwul danañu ko jàpp téyé ci karawi
jëwam
16– Ci jëwu fenkat ag tooñkat boobu
17– Na dajale ndéyoom ma
18– Nu dajale sunuy wattukat
19– Bul ko topp : Waaye jaamul Yàlla tey wut naka nga
ko jegee.

Suraat XCV
Garabu gaÿ wi
Wacce ci Màkka 8 laaya
Benn – Senn – Menn la – Raax Menn – Raax yerëm

1– Ag gaÿ wi, ag Oliwiye sump wi
2– Ag Tundu Sinayi
3– Ag tund wu sell wi,
4– Danu sàkk nit ci cer yi gën rafet ag yem.
5– Dellu di ko bëmëxi ci jéego wi gëne suufe ci teppaluwaay wi
6– Mucc nañu ñoom ñoonu gëmóon tey topp lu baax, ndax ñooñu dañoo ami nèexal ba fàww.
7– Kan moo la mën jappaloo diiné dëgg naka fen ?
8– Ndax du Yàlla moo gën ci àttekat yi?

Suraat XCIV
Ndax danu ubbiwul ?
Wacce ci Màkka 8 laaya
Benn – Senn – Menn la – Raax Menn – Raax yërëm

1– Ndax danu ubbiwul sa xol ?
2– Te wàññi sa yan
3– Bi diisoon ci say mbàgg
4– Ndax danu siiwalul sa tur ?
5– Ci wetu mbégte la naxxar féete.
6– Ci wetu nattu la mbégte féete.
7– Soo sottalee jëf ji (julli gi) liggéeyal Yàlla
8– Te di ko wut ag dogu.

Suraat XCIII
Jantu subë wi
Wacce ci Màkka 11 laaya
Benn – Senn – Menn la – Raax Menn – Raax yërëm

1– Ag jantu suba wi
2– Ag guddi su lëndëm taree
3– Sa Boroom fàttewu la te bañu la.
4– Dundu ëllëg moo gën ci yaw dund gii ngay dund.
5– Yàlla dana la may am am, dana la bégal

6– Ndax danga dulwoon njérim, te ndax dafa la fatulwoon?
7– Dafa la fekk nga réer mu teg la ci yoon
8– Fekk la nga ñàkk mu def nga am
9– Bul daan ki di njërim
10– Wattul daxx kiy yalwaan
11– Taamul nettali xéewali sa Boroom

Suraat XCII
Guddi
Wacce ci Màkka 21 laaya
Benn – Senn – Menn la – Raax Menn – Raax yërëm

1– Ag guddi fu mu tallale muuraayam
2– Ag bëccëg fu mu leere nañn
3– Ag kooku sàkk góor ag jigéen
4– Seeni coono danu wuute li ñuy diir.
5– Kiy joxe te ragal
6– Ki teg ngëm gi gëna rafet naka dëgg axxan
7– Kooku dananu ko yombalal yoon wi gën yomb
8– Waaye ki bëggé, ki faalewul kenn
9– Te teg ngëm li gëna rafet naka aw fen
10– Dananu ko teg lu yomb, ca yoon wi gënë jafe
11– Lu ko amamam di jërin fu ñu ko waree tàbbal jaanama ?
12– Ñoo moom, di teg nit ñi ci yoon
13– Ñoo moom dundu ëllëg ag dundu fii.
14– Ma di leen yëgël Safara suy riir
15– Te ñi ñu rëbb doŋŋ la nu cay joo
16– Ñoom ñi jeeñ sunuy ndaw yi fenkat dëddu leen.
17– Nit ki gëm dana ca mucc
18– Ki daan joxe amamam ngir gëna sell
19– Te daawul def lu baax lu jar neexal ngir aw nit
20– Waaye ngir rekk Yàlla mi sut lépp teg ko bët.
21– Ci dëgg kooku dana ami mbégté.

Suraat XCI
Jant bi II
Wacce ci Màkka 15 laaya
Benn – Senn – Menn la – Raax Menn – Raax yërëm

1– Ci Jant bi ag leeraayam
2– Ci weer wi fa mu ko toppee, jege ko lool
3– Ci bëccëg fa mu mayee gis ko ci léerangem gépp
5– Ci Asamaan ag ci ki ko tabax
6– Ci suuf si ag ci ki ko yaatal
7– Ci ruu ag ki ko bind
8– Te sol ko coxortem ag ngëmam
9– Ki ko denc mu set dina bég
10– Ki ko yàxx dina réér
11– Thamuud dañu jeeñ Yonnentam narkat ndax seen coxorte
12– Ba ñi gënoon fippu dawee di ñëw ngir ray wajanu gëléem wa
13– Ndawal Yàlla lay Saleh, dafa leen ni wajanu gëléem wu Yàlla la, bàyyi leen ko mu naan
14– Dañu ko jeeñ fenkat ray wajanu gëléem wa. Boroom bi dafa leen nattu ndax tooñ woowu te lawal ko it ci ñépp
15– Ragalul li ciy juddu.

Suraat XC
Suufas dekkuwaay wi
Wacce ci Màkka 20 laaya
Benn – Senn – Menn la – Raax Menn – Raax yërëm

1– Déedéed ! Waat naa ko ci suufaas dëkkuwaay wii
2– Suufaas dëkkuwaay wii nga ñëw dëkk
3– Waat naa ko ci gëño ag li mu jur
4– Danu sàkk nit ci toskare
5– Ndax dafa defe ni kenn ëppu ko doole?
6– Mu yuuxu ni, jaay na alal ju bare.
7– Ndax dafa defe ni kenn gisu ko ?
8– Ndax danu ko joxul ñaari bët ?
9– Menn lammiñ, ñaari tuñ ?

10– Ndax danu ko tegul ci ñaari yoon yi (wu baax wi, ag wu bon wi)
11– Te montin wàccul ba tay mbartal mi
12– Lu di mbartal mi ?
13– Jotu ay jaam
14– Dundal bési xiif
15– Njérim wi derat dox suñu diggante
16– Walla néewdoole wiy tëdd ci dër
17– Kuy jëfe noonu te dolli ca ngëm, tey santaane muñ ñeeneen ñi, tey digle yërmënde,
18– Dana bokk ci ñiy toog ci ndayjoor besu àtte ba.
19– Ñiy jeeñ sunu firnde yi fen, ñooy féete càmmoon
20– Néegub safara moo leen di ëmb.

Suraat LXXXIX
Jant fenk
Wacce ci Màkka 30 laaya
Benn – Senn – Menn la – Raax Menn – Raax yërëm

1– Ci njël ag fukki guddi yi.
2– Ci li seex ag li mennoo.
3– Ci guddi fa muy jagesee.
4– Ndax lii, dafa dul, lu ñu waat ag xel?
5– Ndax dangeen gisul ni Yàlla wàññee xeetu Aad
6– Mi dëkkoon Hiram ma ca kénu yu mag ya
7– Xeet mu mësula am niroowaale ci adduna;
8– Ag na mu wàññee waa Thamuud yi daan yatt seeni kër ci doj ci xur ma
9– Ag Firawna mi sos metitloo ñi gëm.
10– Ñoom ñépp danu daan noot adduna
11– Ag yokk yëngu yëngu yi.
12– Yàlla ñoom ñepp la caw ci yaru mbugël yi
13– Ndax Yàlla dafa làxxu di seet
14– Foo xam ni, ngir seetlu nit, Yàlla dafa ko bégële teranga ag iy xeewal
15– Nit ni : Boroom bi teral na ma
16– Waaye na Yàlla ngir seetlu ko natt iy mayam
17– Nit yuuxu ni Yàlla toraxal na ma
18– Du loolu : dangeen teralul njirim wi

19– Dangeen wujjëntewul ci dundal njirim wi
20– Dangeen di warax ndoono ki amul, ag fuxxale mu dara suurul
21– Te dangeen jënde alal loo gis;
22– Su addina tasee ba di ay tojit
23– Su sa Booroom nëwée te malaaka yi defar sàppe yi.
24– Su ñu jageelee jaanama. Shoo! Foofu nit dana fattaliku ; waaye lu ka fattaliku di jërin foofa ?
25– Dana yuuxu : Neexoon Yàlla, ma defoon lu baax sama dundu bakkan : bes booba dunu teg kenn coono wa mu yellool
26– Kenn du tegoo say jéng
27– Ma ni yaw ruu wiy nelaw ci jàmm ji
28– Dellul ci wetu Yàlla, te bég ci nexaal wi nga moom, te neex Yàlla
29– Bokkal ci sama jaam yi
30– Duggël ci sama Ajjana ji.

Suraat LXXXVIII
Muraay li
Wacce Màkka 26 laaya
Benn – Senn – Menn la – Raax Menn – Raax yërëm

1– Ndax mës nga dégg ñu nettali la bés booba di muur lépp?
2– Fa nit ñi sëggee, seen jé jëmëlé suuf
3– Di liggéey tegoo coono
4– Di lakk ca safara say tàkk
5– Doo naani ndox muy bax ?
6– Du am ñam lu moy doomu garabu Dari
7– Wu leen dul may yaram, du waññi seen xiif
8– Am yeneeni kanam yuy ree bés booba ;
9– Bég ci seen liggéey yawoon
10– Dañoo dëkk ci seeni dëkkuwaay yu kawe
11- Fu ñu dul dégg jenn wax ju amul fayda
12– Dañu fay fekki ay teeni ndox yuy wal
13– Ay toogukaay yu kawe
14– Ay naanikaay yu ñu defar
15– Ay ngegenaay yu tegaloo
16– Ay ndeesirabb yu talli

17– Ndax danu tegulwoon bët gëleem ni ñu ko sàkke
18– Ci Asamaan, ni nu ko yëkkëté?
19- Ag tundimag ni nu leen dëjé
20- Ag suuf si ni nu ko tàllale
21- Yeewal nit ñi ndax Yonnent rekk nga;
22- Amuloo kattan wu amul muj;
23- Waaye ku dëddu te gëmul
24- Yàlla dana ko teg yar gu ko teg mbugël mu mag mi
25- Ci man mii ngeen di dellusi
26- Man mii ngeen di tontuji ci àtte.

Suraat LXXXVII
Ki kawee kawee
Wacce Màkka 19
Benn – Senn – Menn la – Raax Menn – Raax yërëm

1– Maggalal turu sa Boroom mi kawee kawe
2– Ki sàkk mbir yi, te muul leen
3– Ki dogal seeni muj te teg leen ñoom ñépp ci jëmoom
4- Kiy saxal gancax gi
5- Te di ko delloo cin gooñ mu wow
6- Dananu la jàngali jang Al xuraan te doo ci fàtteji dara
7- Lu mooy li neex Yàlla; ndax moo xam liy feeñ ci bëccëgu
kam ag li laxxu
8- Daanu la yombalal suniy yoon
9- Yeeteel, ndax say yeete dana musëlé
10- Ku ragal Yàlla, dana ci jëriñu
11- Ku mu rëkk moo koy sore
12- Ki nuy weeri ca safara su raglu sa
13- Du fa deewi, du fa dund
14- Boroom wërsëg la ki tooñul
15- Kiy tudd turu Yàlla tey julli
16- Waaye dangeen taamu dundu addina sii
17- Te fekk dundu ëllëg gën, te gën di yàgg
18- yoon woowu danu ko jangale ci téere yu yàgg yi
19- Ci téeré Ibrayma ag Maisa

Suraat LXXXVI
Biddeewu guddi bi – 17 laaya
Benn – Senn – Menn la – Raax Menn – Raax yërëm

1– Ag Asamaan, ag biddéewu guddi bi
2- Ku lay xamali li di biddéewu guddi bi?
3- Mooy biddéew biy sanniy fett
4- Béppu Ruu am na wàllukat wu koy sàmm
5- Na nit seetlu ci lan la ñu ko sàkke
6- Ci toxxu ndox mu ñu tuur
7– Joge ci waxx yi ag yaxi dënn yi
8- Ci lu wér, Yàlla mën na ko dekkali
9– Bés ba lépp lu laxxuwoon, deeg feeñ
10– Te du am kàttan, du am ndimmël
11- Ci Asamaan wiy matal wërmatéem
12- Ci suuf miy xar ngir saxal nji yi
13- Ci dëgg Al xuraan wax la juy dogal
14- Du waxantu
15- Da nuy lal seeni pexe
16- Man may lali sama yos
17- Mayal noflaay weddikat yi; bàyyi leen ñu noppalu saa.

Suraat LXXXV
Firndeel asamaan
Wacce ci Màkka 22 laaya
Benn – Senn – Menn la – Raax Menn – Raax yërëm

1- Ci Asamaan si àddaaroo fukku firndéel ag ñaar
2- Ci bes bi wara ñëw
3- Ci seede bi, ag ceede mi
4- Na ñu rëbb ñi daan joo jullit yi ci kàmb gi
5- Fees dell ag safara suñu noppiwul xamb
6- Fa ñu tooge wër def làng
7- Daañu teewe ñoom ci seen bopp nootange yi nu teg
ci kaw jullit yi
8- Mbugëlunu leen woon lu dul ndax li ñu doon yaakaar
Yàlla mi kàttanu te ndamu
9- Yaw Yàlla mi moom ndaali Asamaan yi ag suuf si
tey teewe seede béppi jëf

10- Ñi mës mbugël jullit yu góor ag yu jigeen te baaluwuñu, daañu tegoo mbugëli jaanama, mbugëli safara.
11- ñi gëmoon tey def lu baax, daanu leen neexale tool yuy dex di wal. Dana doon mbànneex mu rëy
12- Sa boroom bu fayyoo dana metti
13- Moo sàkk, te mooy mujjtëlu lépp
14- Dafa am yërmënde ag mbëggéel
15- Dafa moom gàngóori nguur lu ndamu
16– Dafay def li ko neex
17- Ndax mës nga dégg xibaaru karange ya ?
18- Wu Firawna ag wu Thamud ya ?
19- Waaye weddikat yi, dañoo tebbi lu ne
20- Yàllaa ngi ci seen gannaaw. Dana leen ëmbee wet gu ne
21- Al xuraan wu ndamu wi
22- Danu ko bind ci alluwa ju mu denc ag wattu.

Suraat LXXXIV
Kubbiteef
Wacce ci Màkka 25 laaya
Benn – Senn – Menn la – Raax Menn – Raax Yërëm

1- Bés ba asamaan di xar
2- Di topp ndigëlal Boroom bi gàddu mottali jiy santaaneem
3- Bes ba suuf tàllée maase
4- Ba fëggatu yàbbi lepp lu mu amewoon ba set wecc
5- Ba topp ndigëlël Boroomam, nangu mottali ay santaaneem
6- Foofa! Yaw ajidee ji! Yaw mi bëggoon gis sa boroom daa ko gis
7- Ki ñuy jox téere (ay jëfam) ci loxo ndayjoor
8- Daanu koo àtteji ag ñeewante
9- Dana dellu bég, ciy waa këram
10- Ki nuy joxi téeré (ay jëfam) ci gannaawam
11- Dana woo ndee
12- Te mattum safara lay doon
13- Ci addina dafa daan dund ci mbégtéem ci biir waa këram
14- Dafa defe ni woon du mës teew mukk ci kanamu Yàlla

15- Fekk Yàlla di gis lépp
16- Duma waati ci timis gi
17- Ci guddi ag ci li mu dajalé
18- Ci weer wi fa mu mate sëkk
19- Dananu leen soppi ngeen aw ci tepp yu wuute
20- Lu tax ba gëmuñu?
21- Lu tax ba fu ñoo taree Al xuraan duñu sujóot ?
22- Dolli, weddikat yi di ko jeeñ labaj
23- Yëgléel mbugal mu metti ma.
24- Mucc nañu ñooñu gëmóon, ñi daan jëfe lu baax;
ndax danañu ami neexal wuy dox ba fàww.
25- Waaye Yàlla xam na seen mbonum xol

Suraat LXXXIII
Nattu naxe
Wacce ci Màkka 36 laaya
Benn – Senn – Menn la – Raax Menn – Raax yërëm

1- Subooxun ñoonu di naxe ci natt ag ndiisaay
2- Te su ñoo jënd di warloo natt wu mat sëkk
3- Te su ñoo nattal jaambur mbaa seet diisaay di leen nax
4- Ndax danu xamul ni bés daañu dekki
5- Ba teew ci bés bu metti ba ?
6- Bés booba la nit ñi di teew ci kanamu buur dunyaa
7- Waaw, limu moykat yaa ngi ci Siddjin
8- Ku lay xamal luy Siddjin ?
9- Mooy téere bu fees ag mbind
10- Koon subooxun ma ñiy jàppe dëgg naka naxe
11- Di jàppe bésu séddële ba naka léeb !
12- Moykat bi ag tooñkat bi ñoom ñoo ko mën jàppe fen
13- Fu ñu leen jàngatalee sunuy firnde yi, ñu naan : Yii
léebu jamano ya woon la
14- Déedéed ! Waaye seeni jëf yu bon ñoo muur seeni xol
15- Ci dëgg bés boobaa daañu leen daxx jële ci kanamu
Boroom bi
16- Dolli ñu sóob leen ci Safara
17- Daañu leen ni : Waaw, toskare waa ngii wi ngeen daan
jàppe fen
18- Ci lu wér, limu ñi jub a ngi ci Illiyuim

19- Ku lay xamal luy Illiyum ?
20– Téeré la bu fees ag mbind
21- Ñi jage ki ne ba faww, seede la nu ci li nu ci rëdd
22- Dëgg la, ñi jub dananu leen dekkil ciy bànneex
23- Ñu tëdd ciy ngeganaay teg bët fii ag fee
24- Daa gis ci seeni jë leeraayu mbégte di ci jolli
25- Daanu leen ëndil naan bïiñ bu feggu wu ñu saañoon ràpp
26- Saañ wa di misk. Loolu la ñiy xëccu mbégte di yóotu
27- Biiñ boobu danu ko njare ndoxum Tasnim
28- Xelliwaay la wu ñi jage ki ne ba faww di faje seen mar
29- Tooñkat yi danu daan reetaan jullit yi
30- Bu ñu daan romb ci seen wet danu daan piisante seeni bët
di leen ñaawal
31- Bu ñu ñibbee ca seeni kër def leen seeni kokkalikaay
32- Fu ñu leen mësé gis danu daan wax : Nit ñu réer lañu
33- Waaye kenn yónniwu leen woon ngir wattu leen
34- Tay jii jullit yi daañu reetaan weddikat yi
35- Dëféenu ciy ngegenaay di xool fii ki faa
36- weddikat yi ndax danu leen dul fayi sèeni jëf ?

Suraat LXXXII
Asaman wi di xar
Wacce ci Màkka 19 laaya
Benn – Senn – Menn la – Raax Menn – Raax yërëm

1– Bés ba Asaaman dee xari
2- Ba bidéew yi tasaaroo
3- Ba géej yi jaxase seeni ndox
4- Ba bammeel yi walbëtiku
5- Ruu dana teg bët jëfam yu yàgg ya, ag yu yàggul
6- Ajidee ! Ku la gëlemal, ngemb songloo la sa Boroom
wu yéwëñ wi ?
7- Sa Boroom wi la sàkk, wi la sédd taar ag keemaay yi
ci say cér
8- Te bind la ci mbind mi ko soob
9- Waaye ngeen di jeeñ fenn li di diinéem
10– Ay wattukat ñoo ngi taxaw teg leen bët
11- Ay wattukat yu nu teral ñuy bind seeni jëf
12- Xam nañu li ngeen di def

13- Ñi jub dëkkuwaayu bàneex la ñu jëm
14- Waaye dendalekat yi ca Safara
15- Bësu séddëlé ba, danu leen di lakk ci Safara
16- Te duñu ca mënëti mucc ba fàww
17- Ku la mën xamal lu di besu séddëlé ba ?
18- Waaw ! Kan mòo la mën xamal bésu séddëlé ba ?
19- Mooy bés ba ruu dootul mënal dara ruu na moom.
Bés booba nguur dootul am lu moy wu Yàlla.

Suraat LXXXI
Jant bi ben kal
Wacce Màkka 29 laaya
Benn – Senn – Menn la – Raah Menn – Raah Yërëm

1- Bes ba jant bi di fenk
2- Ba biddéew yi di daanu
3- Ba dunmagg yi ñu yëngal leen
4- Ba wajanu gëléem yi nu bërgal leen
5- Ba rabi àll yi nu dajale leen
6- Ba géej yi di bax
7- Ba ruu yi dellu booloowaat ag yaram yi
8- Ba nu laaj ndawas jigéen si ñu suul muy dund
9- Lu mu def ba ñu ray ko;
10- Ba kayitu téeré bi nu firi ko
11- Ba Asamaan yi nu teg leen ca wàll
12- Ba mattam Safara yi di fett di tàkk
13- Ba Ajjana jagesi
14- Béppu Ruu dana xàmme la mu defoon
15- Du ma waat ci juróomi xoorijant yiy dellutu gannaw
16- Di daw bu gaaw tey nëbbu
17- Ci guddi gi fi muy duggé
18- Ci fenku jant fa muy lawe
19- Te Al xuraan waxu ndaw mu siiw mi la
20- Kàttanu ca wetu Boroom njalu guur wi dëgër
21- Ñu déggal ko te mu am kóllëré
22- Seen dëkkaale wi du daanu rab
23- Dafa ko gis bu wer ci puxxateelu asamaan
24- Te ñaawul xel ci kéemtaan yi nu ko xamal
25- Du ñu ay kàddu jinne wu ñuy dàxx ag iy xeer

26- Fan rekk ngeen jëm ? (yan xalaat ngeen jébbal seen bopp ?)
27- Al xuraan ndégtal la ci àddina
28- Jëm ci ñiy seet ci yeen yoon wu jub wi.
29- Waaye mënuleen bëgg lu moy li Yàlla bëgg moom buuru dunyaa

Suraat LXXX
Je wu ñagas
Wacce Màkka 42 laaya
Benn – Senn – Menn la – Raax Menn – Raax yërëm

1- Yónnent bi dafa ñagasal jé ba, dawal bëtam
2- Ndax aw gumba gu nëw taxaw ci kanamam
3- Ku la ko wax ? ñàkkul nit kii di ku jub
4- Ñakkul mu nangu say ndegtël te say ndégtël yooyu mën am njariñ ci moom
5– Waaaye boroom alal ji
6– Da nga ko àggale ag ràññee
7– Te montin du fekk loolu di lu mu tay moom mbaa book muy ku mànduwul
8– Waaye ki ñëw ba ci yaw tënku ci ngëm
9– Ki ragal Boroom bi
10- Danga ko woyafal
11- Wattul di doxale noonu. Al xuraan ndégtal la
12- Képp ku bëgg, mën ko tëyé ci xelam
13- Danu ko bind ciy xët yu nu teral
14- Màgg, sell
15- Bindoo ci loxo bindkat yu nu teral te ñu jub
16- Na nit réér ! Moo ñakk kóllëre
17- Lan la ko Yàlla sàkke ?
18- Ci toxxu ndoxu geño
19- Dafa ko sàkk, bind ko, yamalé ko ci ay cér
20- Dafa ko yombalal yoon wi, ba génné ko ci ay butit
21- Dafa koy ray te di ko suul ci bàmmeel
22- Noppi mu di ko dékkaliji bu ko soobee
23- Ci lu wér nit matalagul ndigali Yàlla yi
24- Na xool li muy dundé.
25- Danuy sotti ndox muy baawaan
26- Danuy xar suuf mu def ay xarxar

27- Nu di ci génnée pepp
28- Garabu reseñ ag tareefal
29- Garabu oliw ag tàndarma
30- Tool yu garab ya sëxx
31- Doomi garab ag ñax
32- Yi leen di jërin yeen ag jur yi
33- Bu riiru bufta may tëxlóo jóllèe
34- Bés ba nit dee tàxxalikoo ag mbòkk gèñoom gu góor
35- Baayam ag ndayam
36- Jabaram ag iy doomam
37- Foofu benn mbir mooy nekki tiisu béppu nit
38- Daañu fa gis kanam yu leer
39- Di ree, bég
40- Ag kanam yu fees ag pënd
41- Muuroo lëndëm
42- Ñooy weddikat yi, moykat yi.

Suraat LXXIX
Malaaka yiy rocci ruu
Wacce màkka 46 laaya
Benn – Senn – Menn la – Raax Menn – Raax yërëm

1- Ag Malaaka yiy rocci ruu ag dool
2- Maalaka yi leen di roñ ndank jelë ci biir ñeneen ñi
3- Ag ñiy jàll bu gaaw jaww ji
4- Ag ñiy daw ci lu gaaw di jiitu
5- Ag ñi yélif ag di santaane
6- Bés, riir mi jëkk ci bufta dana yëngal lépp.
7- Beneen topp ko
8- Bés boobu xol yi la tiitaangé di dugg;
9- Bët yi sëgg ci suuf di toroxlu;
10- Ñi gëmul daañu ni booba : Ndax daanu dellusi ca na ñu jëkkóon mel
11- Bu ñu deme ba dootuñu lu moy yax yu seey
12- Daañu ni su loolu amee dey mabbati lay doon
13- Mennum riir la ñuy dégg
14— Fekk booba ñu ne ca Safara
15- Ndax xam nga xibaaru Maisaa ?
16- Bi ko Yàlla yuuxoo ci tertalu xuru Towa

17- Demal seeti firawna, dafa gëmul
18- Te nga ni ko : ndax bëgg nga jub ?
19- Dinaa la tette ci Yàlla : Ragal ko
20- Maisaa tas tegal ko ciy bëtam kiimtaan gu réy
21- Firawna jeeñ ko naxekat dolli fippu
22- Dafa joxe gannaaw sumb di jëf
23- Dafa dajale ay nit, yéenelu ay dogalam
24- Te naan : Maa di seen kelifa gi sut ñépp
25- Yàlla teg ko mbugalu aiddinaa sii ag soosee
26- Dafa am ci lii tegtal wu jëm ci képp kuy ragal
27- Ndax yeen a gënóon yomb sàkk walla Asamaan yi ?
28- Yàlla la, moo leen defar, moo yëkkati seeni puj jox leen melin yu mat sëkk
29- Moo tàbbal lëndëm ci guddéem mooy léeral bëccëgam
30- Ba mu noppee la tàllal suuf na ndéstën wu ñu ràbb
31- Bënnloo ci ay ndoxam te di ci mëññloo ay ngancaxam
32- Moo tënk dundmàg yi
33- Ngir seen njërin ag njëriñal jur yi
34- Te bu coppeeku mu rëy ma dee yeksi
35- Nit dana fattaliku ay jëfam
36- Safara mooy fëll dal ci bëti ñepp
37- Képp ku musa ñàkk gëm
38- Képp ku musa taamu dundi fii
39- Daa séddoo Safara naka dëkkuwaay,
40- Waaye ki daan lox fu mu xalaate màggaayu Boroom bi, te daan yélif banneexi ruuwam
41- Kooku Ajjana moo di nekki dëkkuwaayam
42- Daañu la laaj ni la kañ la waxtu woowu wara jot di jot ?
43- Loo ci xam ?
44- Appam Yàlla rèkk mòo ko xam
45- Dañu la sant, yegël doŋŋ ñi ragal
46- Bés bi Nu koy gis, dafay mel ci ñoom na mësuñu nekk ci suuf lu ëpp menn ngoon mbaa menn subë

Suraat LXXXVIII
Xabaar bu mag bi
Wacce Màkka 41 laaya
Benn – Senn – Menn la – Raax Menn – Raax yërëm

1- Lu ñuy waxtaane ?
2- Xanaa xabaar bu mag bi (di bu ndékki mi)
3- Mooy mbiru seen waxtaan
4- Daanu ko xami ci nu dul moy.
5- Waaw, daanu ko xami
6- Ndax danu sàkkul suuf naka lalto?
7- Dunmag yi naka ay kenu?
8- Danu sàkk góor ag jigéen
9- Danu leen sàkkal nelaw ngir ngeen noppalu
10- Danu sàkk guddi ngir ngeen muuru
11- Danu sakk bëccëg ngir mbiri àddina yi
12- Danu tabax ci seen kawi bopp juróom ñaari asamag yu dëgër
13- Danu ci wekk xuyëntàl wu leer
14- Danoo wàcce ci niir yi ndox mu bari
15- Ngir meññal ci pepp ag nji yi
16- Ag tool yu ñu ji ay garab.
17- Bésu dogal ba, àpp la wu nu rëdd
18- Bés daañu wal bufta wi, ngeen booloo daw di ñëw
19- Asamaan dana ubbi bàyyi bunt yu bari
20- Dunmag yi danu leen di yewwiji ñu feeñ di nexeoog jeñeer
21- Jaanama matti Safara kese lay doon
22- Fu ñi soxor ñiy daanuji
23- Di fa dëkki ay téeméeribat
24- Du ñu fa mos lu sedd mbaa lu ñuy naan
25- Su dul ndox muy bax ag mbér
26– Naka neexal wi dëppóog seeni jëf.
27- Ndax mësuñu xalaat ni daanu mésa leeral jëfënte yi
28- Dañu daan weddi sunuy firnde teg leen iy fen
29- Waaye wañn nanu te bind lépp
30- Mosleen book neexal wi, dunu lu moy dolli seeni mbugël
31- Dëkkuwaayu bànneex la nu dencal ñi jub
32- Ay tool ay garabi reseñ
33- Ay janx yu seeni ween wërngëlu yu nu maaseel

34- Ag kup yu ñu feesal
35- Duñu fa dégg wax yu sew mba iy fen
36- Loolu neexalu sa Boroom la, doyna.
37- Wu Boroom Asaman yi ag suuf si ag lépp li nekk ci seen diggante; wu kiy yërëm; waaye duñu waxi ag moom
38- Bés ba ruu ag Malaaka yi àndee toppante kenn du waxi lu mooy, ki ko Boroom yërmënde may, te du wax lu moy lu jub
39- Bés booba bés la wu dul saay ; kepp ku ka bëgg mën na tàbbi ci yoon wi jëmé ci Boroom bi
40- Yëgal nañu la mbugal muy yeksi
41- Bés ba nit dee teg bët jëfi loxom, te weddikat bay xaacu : Neexoon Yàlla ma diwoon pënd.

Suraat LXXVII
Ndaw yi
Wacc ci Màkka 50 laaya
Benn – Senn – Menn la – Raax Menn – Raax yërëm

1- Ag Malaaka yi nu yónni benn benn
2- Ag ñiy dox doxin wu gaaw
3- Ag ñiy tasaare ca fu sore
4- Ag ñiy séddale ag ràññee
5- Ag ñiy jottali wax
6- Wuy balu mbaa yëglé
7- Dogal yi nu xàcc jémale seen kaw daanu yeksi,
8- Bu nu faree biddéew yi
9- Bu Asamaan si xaree
10- Bu nu tasaree dunmag yi na pënd
11- Bu nu dogalaalee ndaw yi àpp wu wér
12- Ba ban bés la nuy randal àpp wi ?
13- Ba bésu dogal ba
14- Ku lay xamal bésu dogal ba?
15- Subbooxun ci bés booba ñi lay jeeñ naxe!
16- Ndax danu mësul jeexal xeet ya fi woon?
17- Ndax danu leen wuutalewul ay xeet yu fi gën bees ?
18- Noonu la nuy jëféeji ag tooñkat yi
19- Subbooxun ci bés booba ñi lay jeeñ naxe
20- Ndax dafa dul ci ndox mu bon lañ leen sàkke

21- Teg leen ci wàccuwaay wu wér
22- Ba àpp wa nu rëdd ?
23- Danu ko mënoon def. Noo ka am kàttan !
24- Subbooxun ci bés booba ñi lay jeeñ naxe !
25- Ndax danu deful suuf ngir tëj ci
26- Ñiy dund ag ñi dee ?
27- Danu fi teg ay dunmag yu kawe te di leen nandale ndox mu neex
28- Subbooxun ci bés booba ñi lay jeeñ naxe!
29- Tàbbi leen ci mbugël mi ngeen doon jàppe fen
30- Tàbbi leen ci keru saxaaru ñatti kenuwaay
31- Du leen may ker, du leen musal ci làmmiñi Safara
32- Day sànnijiy ferñent naka ay tuur
33- Di niroog gëléem yu ngélëmu
34- Subbooxun ci bés booba ñi la daan jeeñ naxe !
35- Bés booba toñkat yi daañu muuma
36- Dunu leen may fu ñu làyyee
37- Subbooxum ci bés booba ñi la doon jèeñ naxe!
38- Mooy bés booba ñu leen di dajale yeen ag ñi leen jiituwoon
39- Su ngeen amee pexe ngeen jéem.
40- Subboxum ci bes booba ñi la doon jeeñ naxe !
41- Nit ñi gëm dañoo nekk ci diggi kër ag teeñi ndox ya
42- Daañu am doomi garab yi ñu bëgg
43- Ñu ni leen : lekk leen te naan, na leen sedd, na njëgu seeñi jëf
44- Noonu la ñoo faye ñi defoon lu baax
45- Subboxun ci bés booba ñi la doon jeeñ naxe !
46- Lekkleen tey bànnèxu jamonooti ci suuf. Tooñkat ngeen
47- Subboxun ci bés booba ñi la doon jeeñ naxe !
48- Bu ñu leen nee : Sëggleen, danuy bañ sëgg
49- Subbooxun ci bés booba ñi la doon jeeñ naxe
50- Ban téeré la ñuy gëmi?

Suraat LXXVI
Nit
Wacce Màkka 31 laaya
Benn – Senn – Menn la – Raax Menn – Raax yërëm

1- Ndax dafa toog lu yàgg te kenn fàttalekuwu ko ?
2- Danu door sàkk ci ndoxum geño wu ñaari kanam yi àndoo fekk ñu koy seetlu. Danu ko jox gis ag dégg
3- Danu ko teg ci yoon wu jub na fekk mu am mbaa ñakk kóllëré
4- Danu defaral weddikat yi ay callala, ag càxx ag Safara suy boy
5- Ñi jub ñooy naani ciy kub yu kafuur ànd ag biiñ
6- Teen wi jaami Yàlla yi di naani, te fu leen neex jëmële ndox yi.
7- Danu matal seeni yeene dolli ragal bés booba te ay musibaam di law fu sore
8- Danu séddale ndax moom, dund, neewjidoole yi, njerim wi ag jaam wi nu jàpp
9- Te naan : Dañu leen sédd dund bii, ba mën neex ci kanamu Yàlla te du ñu leen ci laaj neexal walla ngërëm
10- Dañu ragal ci wallu Yàlla aw bés wu metti te ànd ag musiba
11- Moo tax Yàlla musal leen ayibi bés ba. Dafa leeral seeni je sol leen ag bànneex
12- Ndax seen dogu, dafa leen faye Ajjana ag yéré sooy
13- Dañu fay jekki wéeru ci seeni diwaan. Du ñu fa yëg tangaayu jant walla coonooy sedd
14- Ay garab yu jagente ñoo leen di muur ag seeni ker, te seeni doom di wàcc ngir ñu mën leen witt te coono du ca am
15- Dañoo joxante ci seen biir ay ngutti xaalis ag ay kub yu weeru kiristaal
16- Ci kiristaal biy niróog xaalis te ñu koy feesal na mu leen neexe
17- Danu cay faj seen mar ag kub yu fees dell, ag naan yu and ag jiñjeer
18- Ci teenu Ajjana wu ñu tudde Salsabill.
19– Ay xale yu di ay ndaw ba fàww ñooy wër di leen sédd ; soo leen gisee defe ñi ay caxxi peme yu ñu nocci lanu

20- Soo gisóon lu ni mel gis dëkkuwaayu bànneex ag nguur gu yaatu
21- Dañoo sol yéré sateñ wu baxaw ag borokaar, takk ay lamu xaalis. Seen Boroom naan yu sell la leen di jox
22- Loolu mòoy nekki seeni neexal, dananu leen nattal seeni coono
23- Danu la yónné Al xuraan mu jóge ca kaw
24- Toogal muñ di nég dogali sa Boroom : Bul topp ñi gëmul ag ñi amul kóllëré
25- Dil tudd turu Yàlla suba ag ngoon
26- Ag it ci guddi, soppal Yàlla te way jalooreem ciy guddi yu yàgg
27- Nit ñii dañu bëgg àddina juy wal nu gaaw, tey bàyyi seen gannaw bés bu metti ba
28- Danu leen sàkk, te danu leen may doole, su nu xiiroon nu wutële leen yeneeni nit.
29- Loolu mooy yëgle wi. Ki bëgg na sóobu ci yoon wi jëmé ca Yàlla
30- Waaye duñu mën bëgg nag lu moy li Yàlla bëgg ndax dafa xam te xàmmee.
31- Dana ëmb ci kermandeem ñi mu bëgg, tegal na ñi gëmul mbugël mu saf.

Suraat LXXV
Dekki wa
Wacce Màkka 40 laaya
Benn – Senn – Menn la– Raax Menn – Raax yërëm

1- Duma waati bésun dekki wa
2- Duma waati ci ruu wiy jeeñ boppam
3- Nit ki ndax dafa defe ni, du ñu dajaleji ay yaxam ?
4- Waawaaw dananu ko defi. Mën nanu tegalewaat wu jub ba ci cati baaraamam
5- Waaye nit dafa weddi ba ci li tegu ciy bëtam
6- Day laaj : Kañ la bésun dekki wi di ñëw?
7- Bu bët gëlëmée
8- Buñ jappee weer wi
9- Bu jant ag weer booloo
10- Nit foofu dana yóoxu : Fu may làxxu?

11- Déedéed amul

12- Bés booba bérébu noflaay wi des ci sa wetu Boroom la.

13- Daanu tarili nag nit, li mu defoon bu yàgg ag li mu mujja def.

14- Nit dana nekki seede ciy bëti boppam

15- Ag lay yu mu mën génné.

16- Bul gaawal sa lamiñ booy jàng Al xuraan ngir gaaw noppi

17- Sunu cér la, ñu dajale ko, ba xamal la ni nu koy jàngé

18- Bés bu nu lay jàngal Al xuraan ci gémmiñu Jibril, toppal di jàng ag nun

19- Daanu la ko firil su loolu wèesoo.

20- Wattul ba bu ko defati gannaw si tay, waaye dangeen bëgg àddina jii di wal bu gaaw

21- Ba wayafal dund wiy nëw ëllëg.

22- Bés booba, dana am kanam yuy leeri nàññ

23- Tey walbëti seeni bët teg Boroom bi

24- Dana am bés booba kanam yu lëndëm

25- Yu yaakaar ni musiba mu rëy moo leen wara dal.

26- Waaw ci lu wér. Dee bu bettee nit

27- Ba ndimëlekat yiy yóoxu : Fu ñoo jëlé Safara

28- Booba lay xalaat ndem wi

29- Poojam yi jaxasoo

30- Ci saa su màgg soosu la ñu koy tette jëmé ci Boroom bi

31- Gëmulwoon daawul julli

32- Dafa daan jeeñ Al xuraan fen ag di sore,

33- Jëm cay nitam di daagu been

34- Waxtu waa ngiy yeksi te jage na

35- Dafay gën jage te di gënati jage

36- Nit ndax dafa defe ni danu koy bàyyi ag boppam?

37- Ndax dafa dulwoon toxxu geño wuy wal bu yomb?

38- Ndax dafa dulwoon ba mu ca jógé lumbu derat wa ko Yàlla def gannaw gi

39- Dafa ca sàkke ñaaro, góor ag jigeen

40- Ndax dafa mënul dekkil ñi dee?

Suraat LXXIV
Ki sàngoo baraayaam
Wacce ci Màkka 55 laaya
Benn – Senn – Menn la – Raax Menn – Raax Yërëm

1- Yaw mi sangoo sa baraaya
2- Jogal yeete
3- Taggeel sa Boroom
4- Sellalal say coluwaay.
5- Dawal sore musibë
6- Bul mayé ngir doŋŋ wut alal
7- Muñal toog di nég sa Boroom.
8- Bu ñu walee bufta wa
9- Bés booba bés la buy tàng
10- Bés bu naxxadi ci kaw weddikat yi
11- Bàyyi ma man kenn ma wéet ag nit ki ma sàkkoon
12- Ki ma joxoon alal ju bare bare
13- Ag njaboot teg ko ciy bëtam.
14- Dama maasale lépp ciy tànkam.
15- Te mu bëgg ma yokk samay xéewàl.
16- Yaakar yu tas ndax dafa weddi sunuy ndigal.
17- Dinaa ko sañaxal muy yéeg fu metti
18- Dafa mbebët li mu def, lal lépp ngir dal ci Al xuraan
19- Waaye dafa daanu ñu ray ko na li mu doon lal
20- Noonu dafa daanu màbb na li mu doon lal
21- Dafa xool li ko wër
22- Dellu gaññ wane kanam gu lëndëm
23- Dafa dëddu dëgg fokki ndax bèew
24- Te ni : Al Xuraan du lu moy jabartu wu ñu àbb.
25- Du lu moy waxu ab nit.
26- Danañu ko togg ci Safara si gën xóot ci Jaanama
27- Ku lay xamal kàmbum Safara ?
28- Dafay lekk lépp te du ba dara mu rëcc
29- Dafay làkk suuxu nit
30- Fukk ag juróom ñenti malaaka ñoo koy wattu
31- Defunu wattukati Safara lu moy ay malaaka; seeni lim danu
ko dogal ni mu mel ba mën fiir ñi gëmul ba niti mbind yi
gëm ndëgté Al Xuraan ba ngëméelu ñi gëm gën fee yokku;
32- Ba niti mbind yi ag ñi gëm bañ am ñaari xel;

33- Ba ñi seen xol tàbbal jàngoro ag weddikat yi naan : Lu Yàlla bëgg wax ci misaalam woowu?
34- Noonu la demé. Yàlla day réeral ñi ko sóob, jubël ñi mu bëgg. Keneen ku dul moom xamul limi karaangeem yi. Tegtal doŋŋ la ci nit ñi.
35- Ci lu wér, waat naa ko ci weer wi
36- Ci guddi fa muy rocceekoo
37- Ci suba fa muy suboo
38- Ni Safara ci mbir yi gëne metti la,
39- Am, ngir yee ci nit ñi,
40- Ñi ciy jiitu ba ëppal ag it ñi ciy yéex ba des gannaaw.
41- Nit ku nekk tayle nga ci say jëf ba mu des ñiy toogi ci ndayjoor
42- Ndax ñoonu dañoo tabbiji ci tool yi ba noppi di laaj, bëgg xam mbiri tooñkat yi. (Dinanu leen laaj ñom ci seen bopp)
43- Ku leen andi ci Safara?
44- Nu tontu ni mësuñu julli
45- Mesuñu dundal ki amul
46- Dañu toppoon di dund ciy wax yu amul solo ag ñi ko daan jëfé;
47- Dañu jappewoon bésu dekki bi, na aw fen
48- Ba bés bi ñu ci amee lu ñu wóor peng.
49- Doxu ñiy dox diggante du leen amal njërin
50- Lu tax ñu daan daw yëglé wi
51- Naka mbaamàll wu tiit di dawe ci kanami gaynde?
52- Ku nekk ci ñoom bëggoon dogal wu feggu jógé ca Yàlla.
53- Du deme noonu ; waaye ragaluñu ëllëg
54- Du deme noonu. Al xuraan dafay yëglé, ku bëgg yëg
55- Ñi Yàlla bëgg daanu déglu ñoom rekk yëglé wi. Yàlla dafa yelloo ragal. Dafay sopp tey baale.

Suraat LXXVI
Ki muuroo baraayam
Wacce Màkka 20 laaya
Benn – Senn – Menn la – Raax Menn – Raax yërëm

1- Yaw mi muuróo sa baraaya
2- Jogal te ñaan guddi gi yépp walla lu ko joge.
3- Toogal di ñaan ba xaaju guddi gi masalan, walla lu ni day,

4- Walla lu tane loolu tey tari Al xuraan.
5- Dananu la feeñal ay kàddu yu am doole
6- Soo jógé ci biir guddi gi ci ngay gën sawar ci jëf ji gën sel ci wax,
7- Ndax ci bëccëg bi danga ci bari lëggéey
8- Tuddal turu sa Boroom te wéet ag moom doŋŋ
9- Mooy Buuru Penku ag Sawwu. Amul meneen Yàlla mu du moom, def ko sa kiiraay
10- Muñal waxi weddikat yi, soreleen na mu gëné jekk
11- Bàyyi ma man rekk ag ñi koy jeeñ fen tey banneexu ci xéewali Asamaan.
May leen tuuti jàmm
12- Ameel nañu leen callala yu diis ag taal wuy boy
13- Ñam wuy tèppiji seeni butit ag mbugël mu tar.
14- Bés suuf si dana yëngutu moog tundamag yi; tundamag yi defi juugu suuf wuy naawi
15- Yónnee nanu ndaw, sas ko mu seede seeni jëf, ni nu yónnee woon ndaw ci wetu firawna
16- Firawna dafa weddi kàddu ndaw la, nu caw ko yar wu saf
17- Su ngeen noppiwul diy weddikat nan ngeen mëna musal seen bopp ci bés booba karawu xale yi di weexi tàll ndax tiitaange?
18- Asamaan si day xari ndax lu raglu; li Yàlla digle day mati
19- Yeete waa ngi : na ki bëgg, dox jëm ci Boroomam
20- Sa Boroom xam na bu baax yaw Muxammad ! ni dagay toog di julli,
sayisa ñaari ñàtteelu guddi gi, saa xaaju guddu gi, saa ñàtteelu guddi gi, li ëpp ci ñi lay topp noonu la ñoo defe...
Yàlla day natt guddi ag bëccëg.
Xam na ñi mënuleen waññ waxtu ci lu wér, looloo waral mu di leen ko
jaggal. Jàngleen ci Al xuraan lu ngeen mën te mu fekk du coono ci yeen.
Yàlla xam na ni am na ci yeen ñu tawat, ñeeneen ñuy tukk ci réew mi ngir
jot ci xeewal yi ci mayu Yàlla, am ñeneen ñuy xeex ci xàllu Yàlla. Jàngleen bon Al xuraan, na mu dul coono ci yeen.
Toppleen di julli; di leen sarxè te ngeen lebal Yàlla lu bare

Lépp lu baax li ngeen di defali seen bopp, daa ngeen ko fekk ci wetu Yàlla. Ci lay ëpp njeriñ ci yéen te dina leen neexal lu ko ëpp. Baaluleen Yàlla ndax dafa laabiir am yërmënde.

Suraat LXXII
Jinne yi
Wacce Màkka 28 laaya
Benn – Senn – Menn la – Raax Menn – Raax yërëm

1- Nil, feeñal nañu ma ni, aw mbootaayu jinné, wu doon déglu njàngum
Al xuraan, xaacoo ni : dégg nañu Al xuraan, jëf la ju waare.
2- Day tette jëmé ci dëgg : danu ko gëm te dootuñu dendale menn mindeef ag Sunu Boroom
3- Sunu Boroom (na magaayam gënëti kawe) amul jabar, amul doom
4- Kenn ci nun ndax ñakk bopp, wax na fi tóoxidoona ci mbiri Yàlla
5- Danu mës defe ni, du nit ñi, du jinné yi, kenn ku ci sos koon fen ci mbiri Yàlla
6- Am na ñenn ci nit ñi, ñu wutóon kiraay ci wetu ñenn ci jinné yi, waaye loolu deful lu moy yokk seen ndof.
7- Jinné yooyu dañu yaakaaroon naka yéen nit ñii, ñi Yàlla du dekkili kenn
8- Dañu laal Asamaan si fi ñu fiddée jëm ca kaw, waaye dañu ko fekk fees dell ag wallukat yu bari doole ag iy fett yu ànd ag làmmiñu safara
9- Danu fa dëju ci ay tooguwaay ba mën dégg la fay xew; waaye gannaw si tay, képp ku mu, kuy bëgg dégg, dana daj ci Safara wu laxxu di nég dal ci kawam
10- Xamuñu ndax musiba la woon wu ñu dencal ñi dëkk ci suuf si, walla mu fekkoon, Boroom bi, di wut foofee na mu leen tege ci yoon wu jub wi.
11- Ci suñu biir am na ci jinne yu maandu, am na ci yu ko nekkul; dañu séddëliku ci xos yu wuute.
12- Dañu yaakaaroon ni nun mën nanu wañña doole Yàlla ci suuf, te mënuñu ko def ba mu wàññeeku ndax sunuy daw xelu

13- Na ka nu dégg téeré jubal wi, danu ko gëm te képp ku gëm Yàlla soxlowul muy ragal ku koy sàcc mba tooñ

14- Am na ci ñun ñu nangu dogalu Yàlla; am na ci ñu dëllu bàyyi yoonu dëgg wi waaye

15- Ku mu, te nangu dogal, day topp ag dogu, yoon wi jub

16- Ñi koy sore, duñu am meneen njërin, mu moy di mattum jaanama

17- Su ñu bëggée topp yoon wi jub, daanu leen may taw bu bari ngir seetlu leen noonu ; te képp ku walbëtiku, ba bañ dégg ndégtali Boroom bi, Boroom bi dana ko tàbbal ci mbugël mu tar

18- Julliwaay yi (jakka yi) Yàlla la ñu leen sakkal, bu leen tudd keneen ku ko moy.

19- Bés ba jaamu Yàlla bi taxawee di julli, tuutée tere jinné yi naj ko, ndax jëkkente booloo ngir dégg Al xuraan

20- Ni leen, damay rammu Boroom bi, te boolewu ma ko ag meneen yàlla

21- Ni leen am na kàttanu gaañ leen mbaa tàbbal leen ci dëgg

22- Ni leen kenn mënu ma musal ci Yàlla

23- Mënuma am kiraay lu tere fayoom

24- Amuma geneen kàttan gu moy waare ci li jógé ci Yàlla, ag di leen jotalli yóbbëntéem. Képp ku fippu jëmelé ko ci Yàlla ag Yonnentam, sa neexal mooy Safara jaanama, te daa fa des ba fàww

25- Danañu des di ay saysaay ba ba ñuy teg seeni bët ci li ñu leen daan tiitale. Daañu xami noonu kan ci ñun moo taamuwoon ndifi li yées ag ñan ñoo dolli di lim wi gën tuuti.

26- Ni leen, xawma ndax li leen di nég ci mbugël sore na walla déed. Yàlla rekk moo xam li nëbbu, te du leen feeñal kenn,

27- Su dul ki mu gën bëgg ci Yónnent yi, ki muy jiitalal te di ko toppalal mbootayu malaakaam yu bare.

28- Ba mu xam ni ndawam yi jottali nañu yóbbente seen Boroom.
Dafa ëmb seeni tànk yépp, tey waññ ci lu wér béppi mbir.

Suraat LXXI
Nuux
Wacce ci Màkka 29 laaya
Benn – Senn – Menn la – Raax Menn – Raax yërëm

1- Danu yónni Nuux ciy waasoom te ni ko :
2- Demal yee saw xeet ba laa mbuggël mu tàng mi di leen dal.
3- Nuux ni : Samay mbokk! Maay ndaw wu dëgg wi leen war yee
4- Soppleen Yàlla miy kenn, ragalleen ko, te ngeen topp ma
5- Dana far seeni bàkkaar, musël leen ba seen àpp jot, ndax àpp wi Yàlla dogal su yeksee, keneen mënu koo tëye, ngeen xam ko boog
6- Mu jublu ci Yàlla ni ko ! Woo naa sama xeet jëmële ko ci yaw guddi ag bêccëg, waaye sama wax jurul lu mooy gën leen soreel; waxtu wu ma leen woowee ci sa njaamu, ndax nga mën leen baal, dañu daan fatt seeni nopp ag seeni baaraam, làmboo seeni yéré, gën dëgër ci seen njumté, gën fonkaliku ndax rëy.
7- Gannaw gi, woo na leen ci lu wér ci sa njaam;
8- Waar naa leen ci biir ag ci biti
9- Dama leen daan wax : sababluleen, balu Boroom bi, dafa xér ci baale
10- Dana leen xéewal tawi Asamaan yu bari
11- Dana yokk seeni alal ag limu seen doom yu góor. Dana leen may tool ag dex.
12- Lu leen dal ba ngeen bañ gëm yërmënde Yàlla?
13- Moona moo leen sàkk def ngeen wuute si soppaliker
14- Ndax dangeen gisul ni Yàlla sakke juróom ñaari Asaman yi tegaloo def iy lalto yu ëmbënte
15- Dafa ci teg weer wi ngir leeral, te dafa ci def jant bi naka leeraluwaay
16- Dafa leen génnéel ci suuf, naka nji
17- Dana leen ci dello, te dana leen ci jëlléwaat.
18- Dafa leen may suuf si na ndesurabb
19- Ba ngeen mën cee dox ci yoon yu yaatu
20- Nuux dafa yuuxu jëmëlé ci Yàlla : Boroom bi, ñu ngi nii bañ li ma wax, tey topp ñi seeni allal ag seeni doom di gën dolli màbb.

21- Danu mbébëtal Nuux pexé mu ñaaw
22- Seen njiit ya di leen yuuxu : Buleen bàyyi seeni Yàlla yi,
bu leen bàyyi Wodd ag Soa
23- Mbaa Taagut, mba Yaxon, mbaa Nasir
24- Xérëm yooyu, réeral nañu ci ñoom ñu bari, te duñu lu dul
yokk réerantalu ñi soxar
25- Ngir duma leen, ndax seeni bàkkaar, danu leen tàbbal ba
noppi, joo leen ci safara
26- Dañoo tële am ku leen musal ci Yàlla
27- Nuux ñaan Yàlla, ñaan wii : Boroom bi, bul bàyyi ci suuf
menn njabootu weddikat
28- Ndax su amee ñoo ci bàyyi, dana ñu naxnaxal say jaam, te
du ñu jur lu mooy ñu mànduwul ag ñu gëmul
29- Boroom bi, baal ma man ag samay waajur, ag boroom
ngëm yiy duggi ci sama kër, ag góor ag jigeen ñi gëm te
nga sànk ñi soxar.

Suraat LXX
Tepp yi
Wacce ci Màkka 44 laaya
Benn – Senn – Menn la– Raax Menn – Raax yërëm

1- Benn nit dafa ñaan mbugël mi ci saasi
2- Ci kaw weddikat yi. Kenn mënu ko walbëti
3- Ndax day jógé ci Yàlla. Boroom tepp yi ci Asamaan
4- Ci ñoom la Malaaka yi ag xelma di aw, yéeg bésu àtte ba,
dox juróom fukki junnebi at.
5- Nangul metitlu ag muñ wu jar roy.
6– Danu yaakaar ni mbugël mi sorena
7- Te ñu di gis ni mu jagee
8- Bés Asamaan dana niru betteex wu nu ruyal
9- Tundmag yi daañu mel na poxxu falley wu nu suub te
ngelaw di leen yëngal.
10- Xarit bi du laaj xaritam
11- Te moona dañu gisé. Tooñkat bi dana bëgg jotu mbugëlu
bés boobu, di ko njëgële ay doomam
12- Jabaram ag géñóom wu góor.
13- Jëndé ko waajuram yi ko mayulwoon lu mooy mbëggéel
14- Jënde ko ag lu nekk ci àddina ba mën mucc

15- Ay bëggbëgg doŋŋ yu neen, ndax lammiñu safara
16- Wi ni sëxx tëyé ndaal bopp yi,
17- Bépp nit ku dëdduwoon dëgg gi, dana laaji wallam
18- Ku daan jal alal tey, wane mbëgge.
19- Nit danu ko bind ci ñàkk sago;
20- Day bàyyeeku fu ko nattu dale,
21- Beew fu ko naataange suuxalee
22- Ñiy julli
23- Di ko def fu ñu nekk,
24- Di féetale ci séen alal wàll wi war
25- Néewjidoole ji ag ki musiba dal;
26- Ñi jappe bésu séddële ba na dëgg
27- Te xalaatu mbugélu Yàlla di leen tiital
28- (Ndax dafa amul kenn ku mën mucc mbugëlum Yàlla)
29- Ñi tënk seen bopp ci cell,
30- Te amalantewuñu lu mooy seen jabar, ag seeni jaam yu leen lew, ñooñu mucc nañu xule wu mu mën doon
31- Te képp ku say bëgg bëgg di màmmal, teggi nga yoon;
32- ñiy denc bu wér ndenkaane yi ñu def seen loxo tey matal seen kàddu
33- Te wér peŋŋ ci seen seede.
34- Di matal ci waxtu seen julli.
35- Daañu dëkk ci tool ya, muuróo ay teranga.
36- Lu tax ba weddikat yi di waaxu di la romb
37- Tasoo def iy mboolo ci ndayjoor ag càmmooñ?
38- Ndax dafa dul li ku nekk ci ñoom, bëgg dugg ci toolu banneex ya?
39- Déedéed kañ ; xam nañu la ñu leen sàkké.
40- Du ma waat ci buuru penku ag sawwu ni mën nañu leen
41- Weccee ag xeet wu leen di gëni ; te dara mënuñu jëkk ci mottali sunuy dogal
42- Bàyyileen ñuy wax ag fo, ba bés booba ñu leen daan artoo bett leen
43- Bés danañu fàxxe ca seeni bàmmel àndag njaxlafu karànge yooyu di gaawantu ba taxaw toppante ci gannaaw seeni raaya
44- Seeni bët ca suuf. Toroxte jàpp leen. Loolu mooy bes bi ñu leen doon artoo.

Suraat LXIX
Bés bi dara fanxul
Wacce Màkka 52 laaya
Benn – Senn – Menn la – Raax Menn – Raax Yërëm

1- Bés bi dara fànxul
2- Luy bés bi dara fànxul?
3- Kan moo la mëna tekkil bés bi dara fànxul?
4- Thamuud ag Aad danu jeeñ fen riirange mu metti ma
5- Thamuud riir wu metti moo ko tas, jógé ci Asamaan
6- Aad ngelawal ëgg wuy riir te dem dayo mo ko tas.
7- Yàlla moo ko wal, ci seen kaw, diiru juróom ñaari guddi ag
juróom ñatti bëccëg yu tegaloo. Soo gisóon xeet woowu
suuf bittërñi, naka ay dogitu garabu tàndarma yu amul dara
ci biir.
8- Te doo teg bët kenn nit doŋŋ mu mucc taxaw.
9- Firawna, xeet yi ko jiitu ci dund, ag dëkk yi ñu walbëti,
danu tooñoon
10- Danu bañoon topp ndawu Yàlla yi, Yàlla dugal leen ciy
mbuggël yu nu fullël
11- Ba ndoxum mbënmag ma jógée, danu leen fab def ca gaal
ga ca doon daw.
12- Ba mu mën leen jërin na yeeté, te nopp wu am déglu bañati
ko fàtte.
13- Ca riiru bufta mu jëkk ma.
14- Suuf si ag tundmag ya naaw tegu ci jaww ji, danu leen
moxoñe benn yoon ñu def pënd doŋŋ
15- Foofaa la xew xew mi dara fànxut di jekki rekk fëll.
16- Asamaan yi dañoo seey màbb tasaaro.
17- Malaaka yi taxaw ci wàll wu ñekk, juróom ñatt ci ñoom
gàddu ci bés booba, toogu nguur wu sa Boroom.
18- Bés booba danañu leen andi ngeen teew te dara du làxxu.
19- Ki ñu jox téeréem ci loxo ndayjoor dana ni, tëyéel jangal
ma sama téeré bi.
20- Dama mës yaakaar ni bés danaa ci war settali samay jëf.
21- Nit kooku dana séddoo dund gu fees dell ag bànneex
22- Ci tool bi,
23- Te doomi garab yi jage te yomb witt

24- Naanleen, lekkleen, naanleen, looloo di fay seeni jëf ci jamano yi weesu.
25- Ki ñu jox téeréem ci càmmooñ dana xaacu : sóoboon Yàlla ñu bañoon ma jox sama téeré.
26- Te ma mësulwoon mukk xam samay bor.
27- Neexoon Yàlla sama dund yam ci dee
28- Lu ma samay alal di jëriñ?
29- Sama kàttan wéy na.
30- Yàlla dana sant ñi ame safara : Jàpp leen ko, tënk ko
31- Ba noppi wanleen ko taalu safara,
32- Sëfleen ko Callala wu juróom ñaar fukki xasab,
33- Ndax gémulwoon Yàlla mi màgg,
34- Mësul xér ci udundal ki amul,
35- Moo tax tay du am xarit,
36- Mbaa weneen dund wu mooy mbér moomu di wal ci yaramu ñi ñu rëbb.
37- Ñi tooñ dofifi ñooy dundé loolu.
38- Duma waat, ndax li ngeen di gis
39- Te it ndax du ngeen gis,
40- Ni lii, waxu ndaw lu tedd wi la
41- Du waxu waykat. Néew na ñi gëmm liy dëgg.
42- Lii du waxu gisaanekat. Néew na ñiy xalaat.
43- Lii feeñu Boroom addina la.
44- Su Muxammad sosoon iy xibaar ci sunu mbir,
45- Danu ko doon tëyé ca loxo ndayjoor ba
46- Dog siditu xol ba,
47- Te kenn ci yéen duñuwoon tëye ci mbugëlam.
48- Waaye téere bi, yeete la ci ñi ragal Yàlla
49- Te xam nañu ni, am na ci yéen ñu kooy jéeñ naxekat
50- Waaye loolu dina nekk mbiru ay tawat ci weddikat yi,
51- Ndax Al xuraan dafa di dëgg ci boppam.
52- Màggalal turu Yàlla mi màgg

Suraat LXVII
Xalima gi
Wacce Màkka 51 laaya
Benn – Senn – Menn la – Raax Menn – Raax yërëm

1- N. Ci xalima ag ci li ñu di bind
2- Ci mayu sa Boroom, yaw Muxammad, doo ku rab jab.
3- Neexal wuy law ba fàww moo lay nég.
4- Danga di jikko ju weesu dayo.
5- Daa gis te weddikat yi danañu gis it
6- Kan ci yéen moo ñàkk xel.
7- Yàlla xam na ki juum, te xam na ñi aw yoon wu jub.
8- Bul déglu ñi lay jeeñ naxe
9- Dañu bëgg nga jële leen ndañk, noona ñu tëyé la ñoom it noonu.
10- Waaye yaw, bul déglu kiy waat fu mu tollu, te mat sib.
11- Bul déglu jéwkat wiy wër di jéw ñeneen ñi
12- Kiy tere lu baax, di moy di tooñ
13- Néeg, te ñaaw juddu.
14- Na fekk mu bari alal aki doom.
15- Nit kooku fu ñuy jànge suñuy saar, mu naan : Ay léebi démb lañu
16- Danañu ko ñaas ci bakkan.
17- Danu nattu waa Màkka ni ñu nattoowoon ca jamano, ñi amewoon tool bi, ba ñu waate ni daañu dogi doom ya ca ëllëg sa ci suba.
18- Dañu waat te ñàkk ci sago.
19- Musiba guddi wacc fekk ñuy nelaw
20- Ca ëllëg sa ci suba tool ba yâxxu, na su ñu ko wittóon lépp.
21- Ci suba sa ñuy wootente naan : Andleen ag suba si su ngeen bëggée witt séen doomi garab.
22- Ñuy dem tey déeyante ci nopp :
23- Tay du benn néwjidole wuy tàbbi ci suñu tool.
24- Dañu fa dem ci bëccëg am lu ñu fas yéene;
25- Waaye ba ñu gisée la tool ba soppiku, dañu yuuxu : ñoo newoon ci njumté.
26- Nu ngi nii suñuy yaakaar tas
27- Ki ci ëpp xel ci ñoom ni leen : Ndax dama leen daawul wax Màggal leen turu Yàlla ?

8- Ñu tontu ni jërëjëfée Yàlla dañu def lu jubul.

9- Daldi door di jeeñante ci seen biir

0- Musiba dal nañu, dañu doon dendale

1- Xëyna Yàlla wecceeli ñu tool bi joxaat nu beneen bu ko gën : danu soxla dëgg xéewalu Yàlla

2- Loolu moo doon suñu mbugal waaye mbugalu dund weneen wi moo gëna metti. Cëy suñu ko xamoon

3- Tooli bànneex yaa ngay nég nit ñi ragal Yàlla

4- Ndax danoo yamale jullit yi ag tooñkat yi ci suñuy jëf ?

5- Kan moo leen àtteloo noonu ?

6- Ndax dangeen ame téerée bu ngeen di jàng wu

7- Ni leen daangeen jot ci li ngeen di yóotu ?

8- Ndax danu leen ko waataloon ba mu di sas ci ñun ba fàww, ba bésu dekki ba ; ni daañu leen xéewalé lu ngeen dogal amal seen bopp.

9- Laaj leen. Kan ci yeen a gàddu loolu?

0- Ndax danu am ay àndandoo ? Na nu leen indi, su ñu waxee dëgg ?

1- Bés bu ñu ëñée seen tubëy daanu leen woo nu jaamu; waaye danu dul am kàttanam.

2- Sëgg teg seeni bët ci suuf ag seeni kanami gàcce; danu leen daan woo jaamu ba nu weree ag mucc te taxulwoon ñu ñëw.

3- Bul ma ñaan njekk ci ñiy jeeñ téere bu bees bi fen. Daanu leen andi ndànkndànk ci toraxte te dunu xam ci yan yoon.

4- Danaa leen may lu yàgg ndax samay pexe duñu moy

5- Ndax danga leen di laaji neexal ndax tank yi ngay dox ? nWaaye dafa fekk ñu màbb ciy bor.

6- Ndax xam nañu yu làxxu yi? Ndax ñu ngi leen di sotti, jële ci téere Yàlla bi?

7- Toogal, teey, di nég àtte sa Boroom, te bul mel na Yónnent woowa ngaaka wa wann te mettit jàpp ko muy woo Yàlla.

8- Su dul woon yërmënde Yàlla, danu ko doon bëmëx ci wàllu géej mu ànd ag gàcceem. Waaye Yàlla dafa ko tannoon fal, te def ko mu jub

9- Tuuté tére weddikat yi yëngal la, ndax bët ya ñu la teg

0- Fu ñu déggée Al xuraan te naan : Ku rab jàpp la

1- Déedéed, du lu mooy yeete doŋ ci addina.

Suraat LXVII
Ndaali li
Wacce Màkka 30 laaya
Benn – Senn – Menn la – Raax Menn – Raax yërëm

1- Na sell, ki tëye ci loxoom ndaali li te mën lépp.
2- Moom moo bind dee ag dund ngir seetlu kan ci yéen mooy gëna def lu baax.
3- Moo sàkk juróom ñaari Asamaan yi tegaloo benn benn.
Doo gis dara lu moy ci bindu Boroom yërmënde. Yëkkëtil teg say bët ci Asamaan, ndax danga ci gis lenn rekk lu day na xarxar
4- Yëkkatilati ñaari yoon, soo dellusee, say bët, gis ñu gëlëm te diis
5- Danu addaaral Asamaan wi gën jage, takkal koy tàkkàntal yuy tàkk.
Danu leen ci tabb ngir dàxx jinné yi ñu defaral xali Safara.
6- Ñi gëmul Yàlla danu leen di séddi mbugëlu Jaanama. Lu gëna ñaaw ndemin woowu.
7- Bu ñu leen ca joowé, daañu ko dégg muy riir, te taal ba ag doolé lay xambee.
8- Lu tuuti mooy tere safara ci boppam toj ndax mer : fu ñu ca jóowe mbootaayi weddikat yi ; ñay wattu safara danañu leen yuuxu : Ndax menn ndaw, dafa mësul wàcc waar leen?
9- Daañu ñi Axakañ, ndaw mës na feeñ ci sunu biir, waaye danu ko jeeñ naxekat,ñi ko Yàlla feeñuwu la ci dara danga nekk ci njaaxum.
10- Daanu fa waxi ni : Su ñu dégluwoon, su ñu ko xalaatoon duñu nu tabbal ci taal bii.
11- Daañu nangu ni tooñoon nañu. Soreleen fii yeen ñi dëkké safara.
12- Ñi nga xam ni danu ragal seen Boroom ci seen biir xol, ñoonu danañu leen jéggal séeni bàkkaar ag neexal wu yéwën.
13- Ngeen déeyoo mbaa wax ci kaw, Yàlla xam na li seen xol denc,
14- Ndax dafa xamatul boog, li mu bind moom ci boppam moom miy tabbi ci lépp tey xamle lu nekk ?

15- Moo leen maasaleel suuf. Doxleen ci ruxxoom yi, dunde li leen Yàlla xéewale. Ci moom ngeen di dellu bésu ndekki ba

16- Ndax dafa leen wóor ni, ki ne ci Asamaan yi, du ubbi suuf ci seeni tank ? Mi ngiy lox te dara xewagul

17- Ndax dafa leen wóor ni, ki ne ci Asaman yi, du leen yónnée ngelawal ëgg wuy dal iy doj ? Su boobaa daa ngeen nangu li dëggal samay artu.

18- Yeneeni xeet yu leen jiitu daan nañu jeeñ fen seeni Yónnent. Na ma ca mere ëpp na dayo!

19- Ndax danu gisul picc yi leen tiim di baaru ci seen kaw bopp, di firi ag lem sèeni laaf? Ku leen téyé ci jaww ji ku moy Boroom yermënde? Dafay gis lépp

20- Kan moo leen mën taxawu na karànge, ba musal leen ci Boroom yërmënde? Ci lu wér yéeféer yi danu gumbë

21- Kooku kan la ki leen di joxi lu ngeen dunde fu ko Yàlla roccee ? Teewul ñu fasu ba tay ci seen mbon, dëddu dëgg

22- Ndax nit kiy raam teg jéwam ci suuf danu ko womate nu gën kiy dox mu jub ci yoon wi jub?

23- Nil : Moo leen sàkk, def ci yéen, nopp, bët ag xol yu mën yëg : ñaata ño ko ci sumbal jëf ju rafet?

24- Nil : Moo di ki leen tasaare ci suuf, te di leen dajaleji bés.

25- Kañ la, li ñu xàcci di dal? La ñoo laaj, waxleen ko su ngeen dee niti dëgg?

26- Tontul : Yàlla rekk moo ko xam. Man duma lu mooy ndaw lu ñu yónni ngir yee leen

27- Waaye su ñu demee ba jage ko, teg ci seeni bët, seeni kanam dana muuró lëndëm, ndax gàcce. Daanu leen ni booba, li ngeen doon laaj a ngi.

28- Nil : Lu mu leen di niru? Benn, Yàlla faat ma man ag ni ma topp, ñaar, mu yërêm ñu ; te kuy wattuji weddikat yi ci mbugël mu metti ma?

29- Nil dafa di Boroom yërmënde, ñu gëm ko, teg suñu yaakaar ci moom. Bés ngeen xam kan ci ñun moo nekk ci njuumte.

30- Nil : Lu mu lay niru? Su ëllëgée bu suuf wannee lu di ndox, kuy bënn jolal ndox muy wall te leer nañ?

Suraat LXVI
Tere
Wacce Medina 12 laaya
Benn – Senn – Menn la – Raax Menn – Raax Yërëm

1- Yaw Yónnent bi, lu tax ba ngay tere li Yàlla maye?
Dangay wut lu neex
say soxna? Boroom bi dafay baale, am yërmënde
2- Yàlla may na leen ngeen teggi li ngeen waatoon. Mooy
seen kelifa. Dafa xam, dafa yèwu
3- Yónnent dafa déeyontewoon ci suuf ag senn ciy soxnaam.
Kooka siiwal loola. Yàlla xamal ko ñakk noppi googu
Yónnent bi am yu mu ko ci xamal, am yu mu tëbël noppi.
Ba mu ko ca xulee, mu laaj ko : Kan moo la wax lii lépp
nga ci xam ?
4- Muxammad tontu ni : ki dara umpul.
5- Dellusi leen ci Yàlla, su fekkee ni xol yi danu moy dana
leen baal. Su ngeen fippóo jëmële ci Yónnent, Yàlla mooy
ki koy difi. Jibril, béppu nit ku jub ci ñi gëm, ag ci Malaaka
yi, daa ko may ndimmal
6- Su leen fasee, Yàlla mën na ko may soxna yu leen gën di
ay jigéen yuy toppi lislaam, ay jigéen ñu gëm ñuy topp
yoon wi, ñu tuub ci seen biir xol, ñu nangu, ñuy woor te
muñ, di jigéeen ñu mës sëy mbaa di janx
7- Aji gëm yi muccleen, musël seeni njaboot ci safara wiy
dundeji nit ag doj. Ay Malaaka yu leen tiim ñooy feeni,
raglu, daw yaram, tey aw ci ndigëli Boroom bi ; dañoo def
lépp lu mu leen sant.
8- Yeen weddikat yi, bu leen wut tay lay yu dëjuwul ci dara.
Dana leen sédd li seen jëf meññal
9- Aji gëm yi! Tuubleen, tuub wu wér. Du ñakk Yàlla far
seeni bàkkaar, dugël leen ci tool yi ay dex nandal, bés ba
mu dul jaawale, du Yónnent, du ñi ko mës gëm. Leer gi
day faxxi ci seen kanam ag seen ndayjoor. Daañu ni :
Boroom bi na leer gi ni naññ, te nga jéggal ñu suñuy
bàkkaar, ndax yaa di ki dara tëwul
10- Yaw Yónnent! Toggal xare dal ci weddikat yi, ag naaféxx
yi, te nga dëgër ci sa digganteeg ñoom. Jaanama mooy seen
dëkkuwaay Lu yées kër gu ni mel ! Yàlla dafa tegal

weddikat yi wii misaal : Jabaru Nuux ag wu Loth, danu
gëmulwoon di dund ci moomentu ñaari nit ñu jub. Dañu
njaaloo, waaye lu leen seen nax Yàlla jural ? Danu leen ni
tàbbileen ci safara ag ni ciy dugg
11- Aji gëm yi, ñoom jabaru Firawna la leen Yàlla joxoon na
ku mat roy Boroom bi la ñaan ca kaw : tabaxal ma
dëkkuwaay ci àjjana te texxale ma ag firawna ag iy jëfam ;
texxale ma ag ñi bon.
12- Waaw Maryama nag, doomu Imraan, mi des di janx. Danu
ko sol cér ci sunu xel. Dafa gëmoon waxu Boroom bi, téeré
yi mu feeñal, te dégg ndigal.

Suraat LXV
Pase
Wacce Medina 12 laaya
Benn – Senn – Menn la – Raax Menn – Raax Yërëm

1- Yaw Yónnent bi! Bu leen fase seeni jabar te àpp wi
jotul.Waññа leen bés yi ci lu wér. Lu ko jiitu mënuleen
leen géenné seen kër, walla ngeen bàyyi leen ñu génn lu
moy su leen wóoree ni danu moy. Yii mooy santane Yàlla.
Ku leen tebbi texalikoog maandu. Wóoru la ni Yàlla du
feeñal pexe mu tax nga jubóo ag ñoom
2- Bu àpp wi jotee, mën ngeen leen tëyé ci laabiir walla ngeen
dello leen ci yoon. Wooleen ay seede yu jub yu ngeen tànn
ci seen biir. Te nañu seede ci kanamu Yàlla. Yallaa ko sant
ñi ko gëm besu àtte wa. Yàlla dana may mënéel ki ko ragal,
te dana ko dundël ci xéewal yu mu mësul xalaat
3- Yàlla dafay doyi ki ko wóolu. Yàlla day sotal iy ndogalam
ba ñu matt. Yàlla dafa sàkkal àpp lu nekk
4- Négléen ñatti wèer doora fase jigéen ñi yaakaaratul gis
seeni weer su ngeen ci amee werante. Mayleen àpp wu ni
day ñi leen gisagul. Tëyéleen ñi ciy jigéenu biir ba ñu
mucc. Yàlla dina maasale tiisi ñi ko ragal, dina yokk seen
pay
5- Bàyyilleen jigéen ñi ngeen fase, dëkkuwaay ci seen kër
6- Buleen leen bunduxatal ci dara, ba ñu di xat. Amleen
toppatoo ci ñiy jigéenu wérul, jéemal faj seeni soxlo ba ba
ñuy mucc. Su ñu dee nampal seeni doom, na ngeen leen

neexal. Gisënteleen ci, te def na mu baaxe. Su amee ngànt, na jenéen jigeen nampal xale bi
7- Na ñit ki am joxe lu yam ci amamam, na nit ki amul lu moy ay gàllankoor yu ko tënk, joxe lu yam ci li ko Yallà jox. Yàlla tegul sas lu moy lu yam ci mëneelu ku nekk. Dana wuutal naataange fa tumuranké nekk.
8- Ñaata dëkk ñoo dëddu santane Yàlla ag ndawam yi. Danu leen taaj ñu leeral mbir yi bu wér, door leen teg mbugël mu diis.
9- Daañu dund musiba ya ñu yellool. Raaf, réer, topp ca.
10- Yàlla dencal na leen mbugël mu tar. Ragalleen Boroom bi, yéen nit ni am xel
11- Yeen Aji gëm yi, Boroom bi wàcceel na leen lislaam ag ndaw lu leen wax kiimaan yu wér. Dana génneel leeray ci lëndemaay niy gëmi ag di def lu baax. Dananu leen tàbbali ci tool yi dex yi nandal ñu dëkk fa ba fàww. Yàlla dencal na leen may yi gëne xumb
12- Yàlla moo sàkk juróom ñaari Asamaan ag lu ni day ciy suuf : Àtte Yàlla yi di fa wàcc ba ngeen xam ni mën na lépp te xamxamam ëmb na lépp.

Suraat LXIV
Recconte ba
Wacce Màkka 18 laaya
Benn – Senn – Menn la – Raaxmeen – Raax Yërëm

1- Lépp lu nekk ci Asamaan ag suuf, tagge Yàlla lay def ndaali gi ag ndam cérëm la. Mën na lépp.
2- Moom moo leen sàkk. Diw mii ci seen biir, weddikat la, diw mee di aji gëm Yàlla gis na li ngeen di def
3- Dafa sàkk Asamaan yi ag suuf si, ci lu wér; dafa leen tabax, dafa leen jox melin yi gën rafet te ci moom ngeen di dellu
4- Xam na lépp luy xew ci Asamaan yi ag suuf si, xam na li ngeen di làxx ag li ngeen di génne ci bëccëg kàmm. Yàlla xam na li xol yi denc
5- Ndax xam ngeen xabaaru ñi gëmadiwoon ña ci jamano yu yàgg ya woon? Danu gaddu seeni nattu wu diis ag seen mbugël mu tar

6- Ndax bi seeni ndaw ñëwée ca ñoom ànd ag ay firnde yu wér, danu naan : nit na ñun di ñu jangal yoon wi! Gemuñuwoon, danu wan gannaaw yëgle yi. Yàlla mën na leen fàtte, am na te ndamu na.

7- Weddikat yi dañoo wax ni duñu daakki. Niileen Yàlla dana leen dékalli, waxleen seeni jëf. Loolu yomb na ko

8- Gëm leen Yàlla, ag ndawam, ag leeraay gi leen Yàlla yónnée.
Yàlla xam na lépp lu ngeen def

9- Bés ba mu leen di dajale, bésu mbooloo daje ñépp, bésu récconte lay doon. Ki mësoon gëm Yàlla tey def lu baax dana nu far iy bàkaaram. Dana tàbbi ci Ajjana fa dex yay wale. Nit ñooñu danañu fa dëkk ba fàww. Dana di neex mu amul àpp.

10- Ñi gëmëdi, ñi daan jèeñ fen suñuy firnde danañu leen jébbal Safara ñu dëkk fa ba faww. Gan mujja mo gën naxxadi googu?

11- Benn nattu du dal nit te soobul Yàlla. Yàlla dana wommat xolu ki koy gëmi. Yàlla day gis lépp.

12- Toppleen Yàlla, deglu ndawam te seen dëddu wan ko gannaw taxul sunu ndaw li tooñ. Santunu ko lu wéesu yeete wu leer.

13- Yàlla. Amul keneen ku moy Yàlla ci boppam, aji gëm yi dañoo def ci moom seen yaakaar

14- Yeen Aji ngëm yi! Seeni jabar ag seeni doom daañu faral di seen noon, na ngeen leen wattu. Su ngeen baale seeni tooñ, su ngeen jéggëlee seen bopp it, xamleen ni Yàlla ku laabiir la, ku am yërmënde la

15- Seeni allal ag seeni doom ñooy seeni sëytaane, te Yàllaa nga denc xéwel wu mag

16- Ragalleen Yàlla ag seen béppu kattan. Dégluleen, nanguleen tey sarxe ngir seen bopp. Ku taxaw wattu boppam ci mbëggéem, kooku dana bég

17- Soo lebalee Yàlla lu bare dana la ko fay ñaari yoon, dana la baal ndax dafa am kólléré te baax.

18- Xam na li feeñ ag li nëbbu. Dafa am doole ag xalaat

Suraat LXIII
Naafexx YI
Wacce Medina 11 laaya
Benn – Senn – Menn la – Raax Menn – Raax Yërëm

1- Bu naafexx yi ñëwée ci sa kër, danu naan : seede nanu ni
yaay ndawal Yàlla. Yàlla xam na ni yaay ndawam, te seede
na ni, naafexx yi dañoo fen
2- Dañoo def seen ngëm muy sàkket, tey walbati ñeeneen ñi
di leen jële ci yoonu Yàlla. Ban jëfin moo yées seen yos ?
3- Dañu jëkk gëm, door delluwaat ci ngëmadi. xaatim wi tëjé
nanu ko seen xol te yëguñu ci dara
4- Soo leen gisée seen biti neex la. Su ñuy wax daa leen bëgg
déglu waaye danu mel na salaan mu wéeru ci cakket. Na lu
tuut yëngu ñu yaakaar ni ci ñoom la jëm. Say noon lañu.
Wattuleen. Na leen Yàlla riitale. Ñii ñooy naafexx !
5- Ba ñu leen nee : ñëwleen ndawal Yàlla ñaanal leen ci
Yàlla, danu walbëti seen bopp di wéy, ndax rëy
6- Seen yoon ci nga ñaanal leen mbaalu Yàlla, mbaa déed.
Yàlla du leen baal ndax Yàlla du wommat saaysaay ci yoon
wu jub wi.
7- ñoom ñoo naan waa Medina : Buleen jox dara gan yi
gàddaay ànd ag Yonnent bi, ñoonu daañu walbëtiku bàyyi
ko. Alali Asaman yi ag suuf, Yàlla moo leen moom waaye
naafexx yi du ñu dégg dara
8- Ñu nga naan : Su ñu delluwoon Medina ki ëpp doole
dumakoonna ki néewle. Doole, Yàllaa ko moom. Mi ngi ag
ndawam, ag aji gëm yi, waaye naafexx yi xamuñu ko
9- Yéen aji gëm yi, buleen seen alal ag seeni doom, tax fàtte
Yàlla, ndax ñi koy defi dañoo sànkuji
10- Dileen sarxé amam yi ñu leen jox balaa leen dee di bett;
Nit naan foofa : Boroom bi, soo ma mayaatoon lu gatt
danaa sarxé te danaa màndu
11- Yàlla du may gàpp ruu wu àppam jot. xam na seeni jëf.

Suraat LXII
Mbooloo mi
Wacce medina 11 laaya
Benn – Senn – Menn la – Raax Menn – Raax Yërëm

1- Lépp lu nèkk ci Asamaan yi ag suuf si, ngiy tudd mbaax yi ci Yàlla ki di buur, sell, kàttanu, te xam
2- Moom moo feeñal ci biir nit ñu jàngul mbind, ndaw lu mu tànn ci seen biir ba mu mën leen waxaat kimaani Boroom bi ba delloosi leen ci mandute;
jàngalleen Téere bi ag xamxam, ñoom ni nèewoon bu jëkk ci réer mu fés
3- Am na ci ñoom ñu fekksiwul ñi jëkk ci ngëm li. Yàlla am na kàttan ag xammee
4- Ngëm, mayu Yàlla la, dafa koy jox ku mu bëgg, te Yàlla dafa ëmb mbaax gu dul jéex
5- Ñi jot ci Linjiil te duñu ko topp ñook mbaam moomu sëf ay téere ñoo niroo. Mbir mu yées la nit niy jèeñ fen, firnde Yàlla yi, di nirool. Yàlla du wommat ni gëmul
6- Nil, yeen Yaxud yi! Su ngeen yaakaaree ni yéene paraale Yàlla yi, yeen kese ci nit ni ñépp, nanguleen dee ndegam dangen wax dëgg.
7- Déedeed, duñu ko bëgg mukk ndax seeni jëf; ndax Yàlla dafa xam ñi bon
8- Ni leen : Dee gi ngeen ragal, dana leen mës bett bes daañu leen delloosi ci ki xam li feeñ ag li laxxu. Dana leen fattali seeni jëf
9- Yéen Aji gëm yi! Bu ñu leen woowee julli besu ndaje, farluleen topp mbiri Yàlla, bàyyileen seeni njaay. Loolo leen ëppël njëriñ. Su ngeen xamoon!
10- Su ñu jullee ba noppi, demleen fu leen neex te ngeen wut xeewal yi taxx ci mayu Yàlla. Faralleen bàyyi xel ci Yàlla, daangeen bég.

Suraat LXI
Ndefar ci xare
Wacce Medina 14 laaya
Benn – Senn – Menn la – Raax Menn – Raax Yërëm

1- Lépp lu nekk ci Asamaan yi ag suuf yee ngiy tudd mbaax yi ci Yàlla. Dafa kàttanu te yërmëdéwu

2- Yeen Aji gëm yi, lu tax ba ngeen di wax lu ngeen dul def ?

3- Yàlla bañ na ñiy wax lu ñu dul def

4- Dafa bëgg ñiy xeex tey defar sappe ci yoonam, te dëju na taax mu dëgër

5- Maisaa neewoon na xeetam : xeet sama! Lu tax ba ngeen di ma sonnal ? Dama di ndawal Yàlla, ñu yónni ma ci yeen, xam ngeen ko bu baax. Waaye ba ñu wàcce yoon wi Yàlla jóo leen ci réer. Du wommaat weddikat.

6- Dama ni, ndaawal Yàlla laa, Isaa doomu Maryaama loolu la daan wax xeetam. Dama ñëw saxalsi Téeré bi ma jiitu, te di leen yëgal ñëwu Yónnent bi topp ci man te turam di Axmaad, ba mu teggee seeni bët ci firnde yu leer, ñu yooxu : ceytaane dëgg la.

7- Te kan a gën selladi kiy tege fen ci wàllu Yàlla, fu ñu koy woowe ci lislaam ? Yàlla du wommat ñi bon

8- Danu bëgg ag seeni noo, fay leeraayu Yàlla, waaye Yàlla dana jóllil leeraayam na fekk weddikat yi di ci am réccu

9- Moo jox ndawam jublu wi ag diine dëgg ji ngir mu yéege ko ci kaw yeeneen yeepp, na fekk weddikat yi di ca am réccu

10- Yeen Aji gëm yi, ndax danaa leen xamal njiwu lu leen musël ci mbugëlu safara ?

11- Gëmleen Yàlla ag Ndawam, xeexleen ci yoon wi Yàlla xàll, duggalleen ci seeni alal ag seeni bàkkan ; loolu moo leen di ëppëli njërin su ngeen ko xame

12- Yàlla dana leen baal seeni bàkkaar. Dana leen tàbbal ci

13- Tool yi dex yiy wal. Daangeen dëkk ba fàww ci kër yu rafet

14- Banneex la bu rëy.

Suraat LX
Natte wa
Wacce Medina 13 laaya
Benn – Senn – Menn la – Raax Menn – Raax Yërëm

1- Yeen Aji gëm yi! Buleen takk menn digaale ag samay
noon, ag seeni noon. Yéen a ngi leen di wan mbaax fekk
ñu yàbbi dëgg gi ngeen leen jàngal. Danu leen sempi sànni
yeen ag Yonnent, bi jële leen ci biir dëkk bi, ndax li ngeen
amewoon ci ngëm. Su ngeen léen dee xeex ngir difi diine,
ba yello samay ngëneel, nan ngeen mëna doxal seen
diggante, xaritoo? xam naa li nëbbu ci seeni xol ag li ngeen
di meññal ci bëccëgu kàmm. Képp kuy jëfé noonu teggi
nga yoon wi jub.
2- Su ñu jotoon ci yeen ag seen doole, danu jëfékoon ag yéen
na kuy jëfé ag noon, te di leen jéem weddiloo seen diiné.
3- Deraat ji dox seen diggante ag seeni doom, du leen jëriñi
dara bésu àtte ba. Yàlla dana doxale dog seen diggante.
Dafay seet seen jëf yépp
4- Doxalinu Ibrayima ag wu ni bokkoon ag moom ngëmam
tegtal la ci yeen. Bokkuñu ci seeni bàkkaar ag seeni
xerëmtu la ñu wax nit ña. Texxalikoo nañu ag yeen na
noonoo ag mbañ, tëdd ci suñu diggante ba ba ngeen di
gëmi Yàlla mi di menn kese. Ibrayima dolli ca : Yaw sama
baay, dinaa ñaan yërmënde Boroom bi dal la ; waaye duma
nangul. Boroom bi danu teg ci yaw suñu kóoluté, danu di
say toppe; bes dananu dajalooji ci sa kanam
5- Boroom bi fexeel ba weddikat yi bañ di sunuy soppe; baal
ñu, am nga kattan, am xamxam
6- Yeen ni gëm Yàlla ag bésu àtte ba! Ay tegtal la ñu ci yéen.
Na ki gëmadi bañ li nu war ci wàllu Boroom bi ; dafa am
alal te yelloo tagge.
7- Mën na am bés Yàlla tëral andandoo xol yi ci seen
diggante ag seeni noon. Am na kàttan, laabir ag yërmendé
8- Yàlla terewu leen jëf ju baax ag jub ci seen diggante ag ni
leen xeexul, génnéwuñu leen ci seeni kër. Dafa sopp jub
9- Waaye tere na leen béppu diggaale ag ñi leen xeex, dàxx
leen ci seeni kër te bëggóon far seen diine. Tere wu ni mel,

mooy dox seen diggante ag ña leen dimmëliwóon. Képp ku
wan ñooñu jéf ju baax kooku jubëdi na
10- Yéen ñi gëm, bu jigéen ñu gëm ñëwée di wut ci yéen
kiiraay na ngeen leen seetlu. Su fekkee ni dañoo topp ci lu
set lislaam, buleen leen dello seeni jëkkër. Yàlla tere na sëy
wu ni mel, waaye war na leen ngeen delloo seeni jëkkër
warugar yi ñu leen joxoon. Daanu leen may ngeen takk
leen, na fekk rekk ngeen jox leen warugar wi ci war.
Dungeen denc jigéen ju gëmul; waaye mën ngeen ko laaj li
ngeen ko joxoon te déggoo ko ci yoon, looloo di santaane
Yàlla. Yàlla day santaane. Dafa xam am xàmme.
11- Su jenn ci seeni jabar dawee fekki xérëmkat yi, joxleen
jëkkëram, bu ngeen ko jottee alal ju day na warugar wi mu
ko joxoon. Ragalal Yàlla mi ngay topp diinéem
12- Yaw Yónnent! Su jigeen ñu gëmul ñewee ñaan la kiiraay
fu ñu la digalee ni fu ñu gis xërëm daw, dotuñu sàcc,
dootuñu njaaloo dootuñu ray seeni doom, dootuñu la
weddil dara lu jub, joxleen sa ngëméel te ñaanal leen Yàlla.
Dafa laabir, am yërmënde.
13- Yeen Aji gëm yi! Buleen amlé dara ag ñi Yàlla mere, danu
génné yaakaar ci dundu ëllëg, naka weddikat yi
génnéwoon yaakaar ci ñi ci biir bammeel.

Suraat LIX
Gaddaay wa
Wacce ci Medin 25 laaya
Benn – Senn – Menn la – Raax Menn – Raax Yërëm

1– Lepp lu nekk ci Asamaan yi ag suuf si day maggal mbaax
yi ci Yàlla. Dafa kàtanu te xamme
2– Moo génné ci seeni tata, ci weddikat yi, ñi ci jot téeré
bi.Yaakaaruleen woon ni mënées na leen ko def. Dañu
yaakaaroon ni seeni tata danañu leen difi tëyé loxol Yàlla,
waaye dafa leen bett ca wet ga ñu foogulwoon, joo tiitange
ci seeni ruu. Seen kër ya màbb ci seeni loxo bopp ag yu ni
gëm. Loolu yeete la ci yeen ñi ko teewe.
3- Su Asamaan bindulwoon seen gàddaay, dafa leen doon
jéexal waaye mbugëlu Safaraa nga leen di nég ci allaaxira.

4- Seen jéll, nattu la, ndax dogoo wi ñu doxal ci seen diggante ag Yàlla ag Yónnent. Boroom bi day dumë bu saf ñiy sore diinéem

5- Dangeen doggat seeni tandarma ñoom, bàyyiwu leen ci lu moy wàll yi taxx ag seeni rèen. Yàlla moo ko maye ba fayu noonu ci weddikat yi

6- Li mu may Yonnent ci li ñu foxxati ci xeex xëccowu leen ko du ag seeni géleem, du ag seeni fas. Waaye Yàlla day may jéll ndawam yi, ci li ko soob. Dafa mën lépp.

7- Li ñu suxxi jëlé ci yawud yi ñu dàxx ci seeni tata Yàlla moo leen moom ag ndawam. Dañu ko war séddëele ay mbokkam, njérim yi, néewjidoole yi, ag doxandéem yi. Jaaduwul ñi am alal di ko séddoo. Jëlleen li leen Yónnent di joxi. RagalleenYàlla, dafa soxar ciy fayoom.

8- Cér war na wu ñuy jox neewjidoole yi bàyyi seen réew; ci ni dógu ci diine, tax ñu génne leen ci seeni kër ag seeni moomeel, ñiy dimmëli Yàlla ag Yonnent ñooy Aji gëm yi dëgg

9- Waa Medina ñi jëkk jot ci ngëm yi danu xér ci Aji gëm yi ñëw di ñaan kiiraay. Duñu siisu ndax cér ci li ñu foxxatti wi, ñu leen sédd. Dañoo fàtte seeni soxlo bopp gën bëgg seeni gan seen bopp. Mbégte mooy payu ñi tere mbëggé seen xol

10- Ñiy duggi ci lislaam ci seen gannaaw daañu jublu ci Asamaan ñaan lii : Boroom bi, tasal sa yërmende ci ñun ag ci suñuy mag ñu góor ñi ñu jiitu ci diiné ; bul bàyyi ci sunu xol mbañ gu ñu leen di bañ. Danga laabir am yërmendé.

11- Ndax dégguloo Aji gëmëdi yi naan yaxud yi weddi te di seeni geño : su ñu leen génnée yeen nun dananu leen topp, dunu nangu nun yoonu kenn ku dul yéen. Su ñu leen tëjée biir dëkk, nun dananu daw wallusi leen? Yàllaa ngii di teewe seeni fen.

12- Su ñu sañaxale seeni mbokk, génné leen, duñu leen topp fenn sunu leen tëje biir dëkk du yàgg ba ñu daw wallusi leen. Su ñu ko ñemee def daanu leen song dàxx ñu daw. Te làxxuwaay dootuñu ko am

13- Tiitàngé gi Yàlla tàbbal ci seeni xel, moo leen may yeen ngéen daan leen, ndax dañu amul xàmmee

14- Du ñu ñeme taxaw xeex leen. Duñu fayyu su dul ci dëkk yu wërele tata mbaa ci gannaawi mbañgàccé.

15- Ñemewuñu lu moy ci seen biir. Dangenn yaakaar ni danu àndoo fekk ñu tasaroo; ndax amuñu xàmmee.

16- Dañu niróog ni leen jiituwoon; défuñu lu moy gaawal seen ngent. Safaraa nga leen di nég.

17- Mel na Ibliis miy woo nit ñi ci ngëmëdi, fu ñu tuubée te naan : Du ma dara ci seeni bakkaar, dama ragal Boroom dunyaa

18- Daañu yëg sunuy mbuggël, xali safara ñooy dooni seeni dëkkuwaay ba faww. Loolu mooy nattu saaysaay

19- Yeen Aji gëm yi, ragalleen Boroom bi. Na ku nekk ci yéen def ci xelam liy ami ëllëg. Ragal leen Boroom bi, mi ngiy gis seeni jëf.

20- Bu leen roy ni fàtte Yàlla yobbu, ba ñu fàtte seen bopp. ñooñu weddikat lañu

21- Ñi ñu rëbb, ag gani ajjana ya, seeni nattu wuutenañu : ñii dañoo dundi mbégte

22- Su ñu wacceewoon Al xuraan ci tundamag xar koon na wacce njalaxtaanaam. Danu andil tegtal yooyu nit ni ba ñu delloosi seen xel.

23- Yàlla kenn doŋŋ la. Dara du nëbbu ciy bëtëm, dafay gis lepp, dafa laabiir, am yërmendé

24- Yàlla kenn doŋŋ la. Buur la, sell na, muslé na, am wollëre, di wattu, yelif na, daan na, sut na ñepp. Ndamal na moom Yàlla! Na ka sore, lépp lu ko nit ñi di mandargaale

25- Dafa di Yàlla miy sàkk, di defar. Dafa jëlé lépp ci neen, tur yi gën rafet mandargam la. Mindeef yi ci Asaman ag ci suuf ñoom ñepp a kay tagge.

Suraat LVIII
Àttekat wu jigeen wi doon Jooytu
Wacce Makka 22 laaya
Benn – Senn – Menn la – Raax Menn – Raax Yerëm

1- Yàlla dégg na baatu ku jigéen ki artu ci sa kër ndax
jëkëram, wan Yàlla ay tiisam. Dégg na seeni lay. Day dégg
lépp, xam lépp.
2- Ñiy waat naan seen jabar dana àgg ci cell fa leen seen yaay
yam, ñooñoo ngiy tooñ : seeni yaay ñooy ñi leen jur.
Mënuñu di seen jabar.
3- Yàlla yaana, am na yërmënde.
4- Ñiy waat ni dootuñu dund ag seeni jabar tey réccu li ñu
waatoon dootuñu mën amanteeti ag ñoom sobeeg yewwi
wu ñu aw jaam. Santane Yàlla la. xam na seeni jëf yépp.
5- Ki gisul jaam wu mu jotu, dana woor ñaari weer te du dog
ba la mën jege jabaram. Waaye su àttanul koor, dina
dundël juroom benni ndóol. Gëmleen Yàlla ag
ndawam. Dafa leen di leeralal ndigëlam yi. Teggiwul
ndigëlam moo leen di andil mbugël
6- Toroxte ki ñu ko dencal, mooy ki tebbi waxu Yàlla ag
Yónnent. Noonu la nu toroxale ñi leen jiituwoon. Danu
waccee ci Asaman sunu diiné ji jéggi dayo. Toroxte ag
mbugël ñi ñu ko dencal, mooy ñi gëmul.
7- Danu fàtte besu dekki ba. Te Yàlla dogal na àpp wa. Dana
wéer ci seen bët alluwa seeni jëf. Dafa di seede, teew
léppum addina.
8- Ndax dangeen xamul ni Yàlla xam na lépp lu nekk ci
Asamaan ag ci suuf? Su ñatti nit dee waxtaan, mooy
ñenteel ba. Su juroomi nit dajee di wax, moo leen juroom
benneel. Ag lim wu ñu doon, ag béréb bu ñu nekk mi ngi
teew fépp. Bésu àtte ba, dana muri jëfi nit ñi ndax dafa
dégg lepp.
9- Ndax seetlu nga nit ni nu tere ndaje deeyoo yi te ñu di ca
dellu ag li ñu leen ko tere lépp? Foofu danu fay waxtaane
ay nisari musibe, ag baajo, ag weddi Yónnent bi, te su ñu
teewe ci kananam, di ko nuyu ciy tur yu ko

Yàlla joxul, dellu naan ci seen biir xol : Mba kenn du dal c
ñun ndax suñu jëfinu naafexx ? Seen neexal mooy Safara.
Daañu nekki mattum Safara.

10- Yeen Aji gëm yi, su ngeen dajee di waxtaan, bu jubedi,
xeex ag weddi ndigeli Yónnent, di seeni mbir. Na jub,
jàmm, ragal Yàlla di ruu wi seeni kàddu di noyyee. Daa
ngeen daje yeen ñepp ci kanamam

11- Ndaje suuf yi, Ibliis a la leen di sos ngir gaañ aji gëm yi ;
waaye mënu leen def lu leen wañni, te du ci mayu Yàlla.
Na book, Aji gëm yi def ci moom, seen kóolute

12- Yeen Aji gëm yi bu ñu leen nee : Farleen jog bàyyi seeni
toogu defleen ko. Yàlla dina leen may wu yaatu ci
Asamaan. Bu nu leen nee jógleen, nanguleen. Boroom
bi dana yëkkati aji gëm yi ag ñi xamxam leeral, ciy
tooguwaayu teranga. Mi ngiy gis seeni jëf yépp

13- Yeen aji gëm yi genneleen sarax ba laa ngeen di wax ag
Yónnent bi; jëf jooju dana barkeelu te dana leen sang ba
ngeen set. Su ko ñàkk fanxe, Yàlla ku laabiir la, am
yërmënde.

14- Ndax dangeen ragal def lu baax ba laa ngeen di giséeg
Yónnent? Yàlla dana leen jéggal li ngeen deful, waaye
toppleen julli ni mu ware. Génnéleen wareef wi, ni nu
ko tege ci yoon. Toppleen Yàlla ag ndawam. Yàllaa ngiy
gis seeni jëf.

15- Ndax yeena ngiy seetlu ñi samp digaale ag ñit ni Yàlla
mere ? Nekkuñu ci wetu ñooñu, nëwuñu ci seen wet;
dañoo kàcc di fene waat te xam ko.

16- Yàlla xaccal na leen mbuggël yi gën metti ndax danu
soobu ci njubëdi.

17- Dañoo teggi nit ñeneen ñi ci yoonu Yàlla, lamboo seeni
waat na baraaya. Yar yu saf ñoo leen di nég.

18- Du seen amam, du seeni njamboot, ñoo leen mën jërin ci
wetu Yàlla. Do ñoo nekk lorànge safara ba fàww

19- Bés bi leen Yàlla dee dekkali danañu ko waatal ngëm ni ñ
leen ko waatalewoon. Danu defe ni waat yooyu dana leen
amal njërin Yaakaar wu tas! Fen ndax dafa dul li nekk ci
seen xol ?

20- Dañuy dund mbuubaayu Ibliis. Dafa leen fàtteloo fattaliku Yàlla. Dañuy topp ay ndigëlam. Ndax toppkatam yi danu leen rëbbul ba noppi?

21- Ñiy fippu jëmële ci Yàlla ag Yónnent, daañu lamboo toroxte. Yàlla nee danaa may ndaan samay ndaw. Yàlla doole la, kattan la

22- Du ngeen gis kenn, ci ni gëm Yàlla ag Bes bu mujj ba, ku sopp ki gëmëdi tey fippu jëmalé ci Yàlla ag Yonnent, na fekk muy baay, doom, geño mbaa paraale, Yàlla dafa rëdd ngëm ci seeni xol, di leen xelal. Dana leen tàbbal ci tooli bànneex yi ay dex di nandal. Daañu fa dëkk ba fàww. Yàlla dafa leen sopp, ñu sopp ko. ñooy mbootaayu Yàlla. Ndax du mbootaayu Yàlla moo wara law meññal ?

Suraat LVII
Weñ gi
Wacce Medina 29 laaya
Benn – Senn – Menn la – Raax Menn – Raax Yërëm

1– Lépp lu nekk ci Asamaan yi ag suuf si, màggal nga yiy ndamu Yàlla. Dafa di kàttan dafa xàmme.

2– Moo móom ndaali Asamaan yi ag suuf si, mooy dundal, mooy deewal; te dafa di béppu kàttan.

3– Mo jëkk, te moo mujj; dafa fés te laxxu moo kàttanoo lépp.

4– Moom moo sàkk Asamaan yi ag suuf si ci diiru juroom benni fan, dellu toog ci jal bi; xam na liy dugg ci suuf ag li ciy génn; mi ngeeg yeen; ag fu ngéen mën nekk mi ngiy gis seeni jëf

5– Ndaali Asamaan yi ag Ndali suuf si, moo ko moom, lépp ci moom lay dellu.

6– Dafay toppale guddi ag bëccëg, bëccëg ag guddi; xam na li xol yi ëmb.

7– Gëmleen Yàlla ag ndawam te ngeen génné saraxe wall ci alal yi leen Yàlla donnoloo. ni gëm ci yeen, tey genne sarax daañu ami neexal wu dem dayo.

8– Lu tax ba dungeen gëm Yàlla ag ndawam wi leen woo ci gëm seen Borom, te jot seen kàddu ci loolu, su ngen ko bëggée gëm?

9– Moom mooy wàcce ci jaamam firnde yu leer, ngir tette leen ci lëndëm ba ca leer ga. Yàlla dafa dul ci seen wàll lu mooy mbaax ag yërmëndé.

10– Lu tax ba dungeen ñàkk seeni alal ngir Yàlla moom mi moom ndono Asamaan yi ag suuf si? Ki joxe alalam, te xeex ngir ngëm gi, lu jiitu ngëm gi daan, ag ki ci deful dara, yamuñu. Kii day dëju ci tepp wu gën kawe niy joxeji seen alal ba ndaan li ame ba noppi, tey doora xeex ca booba. Waaye Yàlla diggël na nii ag ñee neexal wu rafet. Dafa dégg seeni jëf.

11– Ki lebal Yàlla lu rëy, Yàlla soppi loola ñaari yoon te dana joti neexal wu dem dayo.

12- Bés daa gis aji gëm ñu goor ni ag ñu jigéen ni; seen leerànge day dawi jiitu leen ci seen ndayjoor. Nu ni leen tay daañu leen yëgal xewxew wu neex, wu tool ya dex yay wal, te ngeen di fa dëkki ba fàww. Bànneex la bu kenn netaleesul.

13– Bés booba naafexx yu góor ag yu jigéeen yi daañu ni Aji gëm yi xoolleen ñu, négleen tuuti nu abb lëf ci seen leeraay. Waaye danu leen di tontu : delluleen àdduna, ngeen laaji ko foofa. Ci seen diggante, full sakketu tabax wu am menn bunt, ci biir yërmende dëju fa, mbugël des ci biti. Naafexx yi di xaacu, Aji gëm yi : Ndax danu andulwoon ag yéen? Waawaaw ni ñooña, waaye dangeen yëgóon seen bopp, tey neg jamano ju ngeen jekkoo dellu seen xel werante ba seeni mbëggéel gumbaloo leen, ba jamano ja àtte Yàlla nëwee di matalsi. Neex wax ji dafa leen gumbeloo ba gisuleen mbiru Yàlla.

14– Tay kenn du nangu moyaal ci yeen mbaa ci weddikat yi safara mooy nekk seen dëkkuwaay. Loolu moom ngeen séddoo. Gan mujj gu bon!

15– Ndax dafa jotagul waxtu wi Aji gëm yi waree toroxlu ci seeni xol fii, yeete Yàlla teew ag Téeré dëgg bi mu yónnée? Bu ñu mel na ña jëkkoon jot Téeré bi, te seen xol mujj dëgër ba mu deme ba yàgg te ñu bare ci ñoom doon ay saaysaay.

16– Xamleen ni Yàlla day dekkil suuf si dee. Jotoon ñañu leen leeral kimtaan yooyu ba ngeen mën leen nemmeeku

17– Ñiy génné sarax góor ag jigéen, niy lebal Yàlla lu réy
daañu ko jotaat ñaari yoon, te daañu am neexal wu jeggi
dayo
18– Ñi gëm Yàlla ag ndawam yi, niti dëgg lañu; danu taxaw diy
seede ci kanamu Yàlla, te daañu am seen neexal ag seen
leer. Ñi gëmëdiwoon tey jeeñ fen sunuy firndé, daañu leen
jébbbal taalu safara.
19– Xamleen ni dundu addina si, du dara lu moy po ag fontu,
colaay lu amul solo, bàkkonte ci seen biir; bëgg fullël iy
alal ag xiironte ci seen biir. Lii lépp taw rekk lay nirool. Aji
gëmëdi yi danuy waaru ci nji yi muy mênñal. Waaye dañoo
laxi, dellu di ngooñum ñax. Ci àddina weneen wi la
mbuggël mi nekk,
20– Ag mbaale Yàlla, ag mbégtéem. Dundu àddina sii du lu
mooy mënéel wu yaggut tey gëlëmeell
21– Fagarluleen xeex jot ci mbaalu Yàlla ag Ajjana wi
yaatuwaay wa weesu Asamaan ag suuf; te ñu defaral ko
ñi gëm Yàlla ag ndawam yi. Mayu Yàlla la ju mu jox ku ko
sóob. Ndax Yàlla mbaale la ju yaa wa yaa
22– Menn musibë du dal ci suuf, mba mu dal ci seeni jëmm, wu
ñu bindulwoon ci Téere bi booba sakkaguñu leen. Loolu lu
yomboon Yàlla la.
23– Danu leen di wax lii, ba ngeen bañ di naxxarlu li leen di
rëcc ci mbaax yu weesu dayo, mbaa ngeen di beew ci
xeewal yi ngeen a wërsëgloo. Yàlla bëggul niy ndamu ag di
bakku,
24– Ñu nay, ñiy soob ci nay seeni moroom Waaye su ki nay
roppeekoo te rocceeku fi jëf yu tabe ware, Yàlla doyle na
alal ba mën bañ am soxlo ci moom te dafa yelloog ndam.
25– Danu yónnee ay ndaw, ñu ànd ag ay firnde yu wér; danu
leen jox Téeré bi ag peesekaay, ba ñit ni mën topp li jub.
Danu joxé weñ gi ëmb ci biir nattu yu metti ag may; noonu
ndax Yàlla mën xam kan ci yéen a koy taxawu moom aki
ndawam yi ci suuf. Yàlla dafa di kàttan, di doole.
26– Danu yónni Nuux ag Ibrayima te dëj mënéelu Yonnent ci
seeni giir ag Téeré bi. Kii ci ñoom, dana topp yoon wu jub
wi, waaye ñi ci ëpp saaysaay lañu.

27– Nu yónnee ci seen tànk yeneeni ndaw naka Isaa, domu
Maryama mi ñu jox **Linjiil**, tàbbal nanu ci xoli taalibé yi
leen topp yam, mbaax ag xér ci dundu këri marabaat. ñoom
ci seen bopp ñoo ko sàkkoon. Nun danu santaane doŋŋ xér
ci neex Yàlla. Waaye toppewuñu ko ni mu ware. Nu jox
neexal bi ñi gëmoon ci ñoom. Waaye ñi ci ëpp saaysaay
lañu.

28– Yéen ni gëm, ragalleen Yàlla te gëm ndawam, dana leen
dogal ñaari cer ci yërmëndéem, dana leen may leer ba
ngeen dox ci kàttanam, dana far seeni bakkaar ndax dafa
laabiir ag am yërmëndé.

29– Noonu ngir nit ni jotoon mbind yi xam ni amuñu dara lu ñu
leen féggal ci mayu Yàlla yi; te xéewalu Yàlla yépp ci
loxoom la nekk te du ko jox lu moy ku ko neex. Yàlla dafa
di mbaax lu dara jéexalul.

Suraat LVI
Xewxew ma
Wacce Màkka 96 laaya
Benn – Senn – Menn la – Raax Menn – Raax Yërem

1– Bu xewxew mi xewee
2– Kenn du mën weddi ñëwam.
3– Dina wàccee dina yëkkati.
4– Su suuf yëngëtoo ci yengu wu réy
5– Ba tundmag yi naaw, tasaare
6– Soppeeku na pënd, tasaare fu nekk;
7– Ba yeen nit ñi ñu séddële leen ci ñatti mbooloo.
8– Ba niti ndayjoor yi nekki niti ndayjoor,
9– Ba niti càmmoon yi nekki niti càmmooñ.
10- Ba ñi jiituwoon ci àddina si ci ngëm jiitu fa ñeeneen ñepp,
11– Ñooñu ñoo di nekki ni gën jage Yàlla.
12– Dañoo dëkki toolu bànneex ba
13- Dina ami ci ñoonu ñu bare ñu jogé ci xeet yu yàgg yooya.
Ag tuuti rekk ci niti jamano yu bees yi.
14- Ñuy noppalu ciy toogu yu wurus ag doomi peme.
15- Dëféenu na mu leen neexe jàkkarloo.
16- Ay xale yu des di ndaw ba fàww di leen àggale.

17- Di leen yot goblet, egiyeer ag kup yu fees ag biiñ yu neexaneex.
18- Xeneer wa du jolli ba ca bopp ya di lëndëmal seeni xel.
19- Dañoo am ba doyle doomi garab yi ñu bëgg,
20- Ag yàppu picc yi gëne tumuranke.
21- Ci seen wet ay xuri boroom bët yu ñuul yu rafet, mel na peme ci naakar.
22- Noonu la neexalu seeni jëf, di deme.
23- Du ñu fa dégg wax yu soof mbaa waxi bàkkaar.
24- Du ñu fa dégg lu moy kàddu : jàmm jàmm!
25- Niti ndayjoor yi (cëy ñi ñoo bégéji nitit ndayjoor yi!)
26- Dañoo dëkk ci garabi lotos ya amul iy xaaxaam,
27- Ag ay banaana yu diis ag doom ca kaw ba ci suuf,
28- Ciy keppaar yu tàlli jëm fu sore,
29- Ci wetu ndox muy wal,
30- Ci biir doomi garab yu dul jéex.
31- Yu kenn dul dogi te kenn du tere ku leen joge.
32- Te dañoo noppalu ci lal yu ñu yëkkati.
33- Danu sàkk janxi Ajjana, sàkk leen nag ca pett.
34- Danu muccal seen ndaw.
35- Mbéggéelu seeni jëkkër te maase ag ñoom,
36- Danu leen beral niti ndayjoor yi.
37- Dana am ci ñooñu ñu bari ci nit ñu yàgg ña woon,
38- Ag ñu bari ci nit ñu bees ñi.
39- Naka niti càmmoon nag! Cëy niti Cammoon yi !
40- Dañoo nekk ci biir ngelawi sukraat ag ndox yuy bax
41- Ci biir lëndëmu saxaar su ñuul.
42– Du sedd, du nooy.
43- Bu jëkk danu daan dund dund gu fees ag bànneex
44- Danu dëgëroon ci seen mbañ mu teeŋ
45- Te naan :
46- Su nu deewee, ba di juugu yax ag pënd ndax danañu
47- Delloo sunuy ruu
48- Ag sunuy maam?
49- Ni leen mag ñu jëkk ña ag niti tay yi
50- Daanu leen dajale besu ndaje ma nu dogal.
51- Bu noppee yeen ni di nit ñu réér te jééñoon suñuy tegtal ay fen,

52- Daangeen lekk doomu garabu saxuum.
53- Daangenn ci feesal seeni biir.
54- Bu noppee, ngeen naan ndox muy bax :
55- Na gëléem gu maram tële mandi,
56- Loolu mooy seeni bérndeel bésu séddële ba.
57- Ñoo leen sakk, kon lu tax ba dungeen gëm ndekki ma ?
58- Jiwu wi ngeen di jure
59- Ndax yeen a ko sàkk walla nun ?
60- Danu dogal ni dee dana leen dal, di ko toppante ciy jamano, te kenn mësul tebbi sunuy tànk,
61- Ba wuutele leen, yeneeni nit mba sàkk mindeef yu ngeen xamul.
62- Xam ngeen li nu jëkk sàkk, lu tax ba dungeen seetlu boog?
63- Ndax seetlu nga pepp wi ngeen ji ?
64- Ndax yeena koy saxal walla nun ?
65- Su nu sooboon ñu delloo ko mu def na banti ngooñ yu wov te dungeen noppeeg waaru ag yóoxóo :
66- Gàddu nanu ay bor ci suñuy mbày, noo ngii sunuy yaakaa tas
67- Ndax seetlu ngeen ndox mi ngeen di naan ?
68- Ndax yeena koy wàcce ci niir yi walla nun ?
69- Su nu bëggoon soppi ko ndox mu xamb. Lu leen tere am Kólléré ?
70- Ndax teg ngeen bët ci safara si ngeen jonj taal
71- Ndax yeen a sàkk garab gi leen ko may wàlla nun ?
72- Danu ko bëggoon ngir yeete ag itam njeriñal ñoonu di tukki ci tellu suuf wi.
73- Maggalal turu Yàlla mu Màggamag mi.
74- Waat naa ko ci biidéew yiy tëdd
75- Te mu di waat mu dog lu rëy su ngeen ko xamoon,
76- Ni Al xuraan miy ndam
77- Te muul wa nekk ci téeré wu làxxu
78- Kenn waru ko laal lu mooy ñi hab.
79- Dafa di feeñu Buur àddina
80- Ndax dangeen di fenatal Téere bi?
81- Ndax dangeen di wut dund ci jeeñaate fen yi ngeen koy jèeñ?
82- Lu waral bon, bu seeni xol yi yéegée ba fees seen bóli,

83- Ba ngeen di sànni seeni bët wet gu nekk;
84- Ba ñu teew ci seen wet te du ngeen ko xam,
85- Lu waral kon su nu leen warulwoon àtteji mukk ag fay,
86- Du ngeen delloosi sèen ruu wiy bëgg naaw ? Waxleen ko su ngeen maandoo!
87- Kiy bokki ci limu ñi gëna jage Yàlla
88- Dana baneexoo noflaay, may ag toolu neexneex ya
89- Kiy bokki ci limu niti ndayjoor wi
90- (Nuyoom a ngoog jógé ci niti ndayjoor yi).
91- Kiy bokki ci nit niy jeeñaate fen
92- Ñi réer,
93- Ndox muy bax mooy àggaleem.
94- Daañu kog lakk ci safara
95- Loolooy dëgg gi dul moy
96- Maggalal turu Yàlla wu magamag wi.

Suraat LV
Boroom Yërmende
Wacce Màkka 78 laaya
Benn – Senn – Menn la – Raax Menn – Raax Yërëm

1- Boroom yërmënde moo jàngale Al xuraan
2- Moo bind nit.
3- Moo ko jàngal wax.
4- Jant bi ag weer wi dañoo dox ci yoon wi nu xàll.
5- Gàncax gi ag garab yi dañoo sujjóotal Yàlla.
6- Dafa yëkkati Asaman yi dëj nattuyamalekaay wi
7- Ba ngeen bañ naxe ci diisaay bi.
8- Nattal ci njub te bul wàññi loxoy nattuyamlekaay wi.
9- Dafa defar suuf ngir xeet yépp.
10- Muy meññ ay doomi garab ag tàndarma yu tóortóor ya muuru ci ëmbaay,
11- Ag dugubaweex wiy joxe ngooñ ag ñax.
12- Wan ci xéewalu Yàlla yi ngeen di weddi?
13- Dafa tabax nit ci suuf su mel na wu ndaakat bi.
14- Dafa sàkk jinne yi ci safara su raxul saxaarul.
15- Wan ci xéewalu Yàlla yi ngèen di weddi?
16- Mooy Buuru ñaari penku yi.
17- Mooy Buuru ñaari sawwu yi.

18- Wan ci xeewalu Yàlla yi ngeen di weddi?
19- Dafa texxale ñaari géej yiy laalante.
20- Dafa samp càkket seen diggante bañ ñu def benn.
21- Wan ci xéewalu Yàlla yi ngeen di weddi?
22- Benn bi ag beneen bi dañoo génnée peme ag koraaj.
23- Wan ci xéewalu Yàlla yi ngeen di weddi?
24- Moo moom mbanagaal yiy jàll géej yi naka tundmag yi.
25- Wan ci xéewalu Yàlla yi ngeen di weddi?
26- Lépp lu nekk ci suuf dana jéexi
27- Kanamu Yàlla doŋŋ mooy desi làmboo màggay ag ndam.
28- Wan ci xéewalu Yàlla yi ngeen di weddi?
29- Lépp lu nekk ci Asaman yi ag suuf si daa ko jottali say
ñaan. Bés bu nekk mi ngi jublu ci jëf ju bees.
30- Wan ci xeewalu Yàlla yi ngeen di weddi?
31- Bés daanu toppatoo seeni àtte yeen nit ag jinné.
32- Wan ci xéewalu Yàlla yi ngeen di weddi?
33- Su ngeen mënée jéggi mujjëntélu Asaman ag suuf dawleen
waaye du ngeen rëcc sobeeg du dangeen am kàttan wu
amul mujj.
34- Wan ci xéewalu Yàlla yi ngeen di weddi?
35- Dana leen sànni fetti safara su andul ag saxaar su andul ag
safara. Nan ngeen di difée seen bopp?
36- Wan ci xéewalu Yàlla yi ngeen di weddi?
37- Bu Asaman xare bu melee na tóortóoru roos, walla naka
der boobu nu suub mu xonx.
38- Wan ci xéewalu Yàlla yi ngeen di weddi
39- Foofu doo laaj nit ni mbaa jinne yi, lu ñu def ba tooñ.
40- Wan ci xeewalu Yàlla yi ngeen di weddi
41- Tooñkat yi daañu feeñ ci seeni mandarga danu leen di jàppi
ci seen njañ ag seeni tànk.
42- Wan ci xéewalu Yàlla yi ngeen di weddi?
43- Jaanama jaa ngoog ji saaysaay si daan teg léeb.
44- Danañu wëndaalu wër làmmini safara yi ag ndox miy bax.
45- Wan ci xéewalu Yàlla yi ngeen di weddi?
46- Ñi ragal màggte Yàlla daañu am ñaari tool.
47- Wan ci xéewalu Yàlla yi ngèen di weddi?
48- Ay jabbi tóortóor wërafetal leen.
49- Wan ci xéewalu Yàlla yi ngeen di weddi

50- Ci wu nekk ñaari sottiwaay bënn ca.

51- Wan ci xéewalu Yàlla yi ngeen di weddi ?

52- Ci wu nekk ñaari xeeti doomi garab menñ ca

53- Wan ci xeewalu Yàlla yi ngeen di weddi?

54- Dañoo tëddi ci ndés yu nu dëbënte sooy dëbbënteeg wurus. Doomi garab, ñaari tool yi ñu jageel leen ba ñu yomb dog.

55- Wan ci xeewalu Yàlla yi ngèen di weddi?

56- Foofu lay am ay janx yu seeni bët di kersa, te du góor, du jinne ju mës wuñni seen sutura.

57- Wan ci xeewalu Yàlla yi ngeen di weddi?

58- Dañoo neexoog yaasent ag koraay

59- Wan ci xeewalu Yàlla yi ngeen di weddi?

60- Luy payu mbaax lu moy mbaax?

61- Wan ci xeewalu Yàlla yi ngèen di weddi?

62- Dolli ci ñaari tool yooyu, yeneen ñaar a nga faati.

63- Wan ci xeewalu Yàlla yi ngeen di weddi?

64- Ñaari tool yu ëmboo gàncax.

65- Wan ci xéewalu Yàlla yi ngeen di weddi?

66- Fu ñaari dex bënn.

67- Wan ci xeewalu Yàlla yi ngeen di weddi?

68- Foofu dafay am doomi garab, tandarma ag gërnaat.

69- Wan ci xeewalu Yàlla yi ngeen di weddi?

70- Foofu dafay am janx yu dese seen ndaw te rafet.

71- Wan ci xéewalu Yàlla yi ngeen di weddi?

72- Ay janx boroom bët yu ñuul te rëy ñu tëj leen ciy dëkkuwaay.

73- Wan ci xéewalu Yàlla yi ngeen di weddi?

74- Mësul am nit mbaa jinne ju wuñni seen sutura

75- Wan ci xeewalu Yàlla yi ngeen di weddi?

76- Seeni jëkkër ciy ngegañaay yu baxaw ag ndésurabb yu keemaan la ñoo tëdd.

77- Wan ci xeewalu Yàlla yi ngeen di weddi?

78- Nay barke moom turu Boroom, bi làmboo maggaay ag ndam.

Suraat LIV
Weer wi
Wacce Màkka 55 laaya
Benn – Senn – Menn la – Raax Menn – Raax Yërëm

1- Waxtu wi jagesi na te weer wi xar na
2- Waaye weddikat yi gis keemaan gi, walbëti seeni bët ni : luxus wu rëy!
3- Dañoo teg Al xuraan aw naxe topp seen bakkan, waaye lu nekk dafa am àpp wu soppeekut.
4- Dégg nañu lu ko jiitu ci Al xuraan ay nettali yu leen mën tax ragal.
5- Loolu mooy xàmme xàmme yi, "waaye lu leen tegtal di jërin?"
6- Soreleen ; bés ba leen malaaka miy woo nit ñi, woowee ci jëf ju metti jay àtte ma.
7- Dinañu sëgg seeni bët, dinañu genn ci seeni bàmmeel mel na njéereer yu tas
8- Tey gaawantu wuyiji malaaka ma. Booba ñi gëmulwoon daañu xaacu : Bés bu metti baa ngi.
9- Lu leen jiitu, xeeti Nuux ya danu bañoon xàmme dëgg gi d
jeeñ sunu jaam naxekat: dafa àndag rab, la ñu doon wax, ñ
daxx ko
10- Nuux ñaan Yàlla mii ñaan : Dañu ma noot Boroom bi dimmëlési ma
11- Nu ubbi bunti Asamaan ndox mi dal di wal
12- Nu xar suuf mbënn yi di ci bëlbëli, ndox yi dajoo ni nu ko dogalewoon
13- Nu yóbbu Nuux cim gaal gu ñu defare bant yu ñu boolee ag ay ndégël.
14- Muy xar ndox yi ci sunnuy bët. Neexal lawoon wu nu fay ki ñu ñàkke kóllëre
15- Danu ko def muy tegtal di yeete. Ndax am na ku koy jëriñoo?
16- Cëy li sammay mbugël ag yi ma xacc dee lu daw yaram!
17- Danu def Al xuraan mu mën jërin yeete ndax am na ku ko
jëriñoo?
18- Aad yi danu bañoon xàmme dëgg gi, té samay mbugël ag ya ma xàcc daw yaram!

19- Danu yewwi seen kaw ngelaw lu màmm ci bésu sukraat wu daw yaram wa

20- Dafay gàddu nit ña na fejeti garabi tandarma yu ñu dexxeeg doole.

21- Cëy li samay mbugal ag ya ma xàcc dawe yaram!

22- Danu def Al xuraan mu mën jërin yeete, ndax am na ku koy jëriñoo?

23- Xeetu Thamuud yi li ma xàcc, nar ko, danu ko teg ay fen :

24- Ndax danu fiy déglu nit na ñun ? Ñu ñi; ci dëgg danu xalkoon sanku mbaa dof.

25- Yeete Asamaan ndax danu ko ko jox moom doŋŋ ci ñun nii ñepp ? Déedéed. Kii naxekat la wu yareediku.

26- Ëllëg daañu xam ci ñun kan moo doon naxe com, reew.

27- Dananu leen yónnee wajanu gëléem ngir fiir leen. Dananu teg bët seeni tànk, te yaw Salih nga muñ

28- Wax leen ni seen ndox yi ci mbànd yi danu leen war séddëlé ñoom ag wajanu gëléem gi, te seen wàll danu koy toppoo benn benn.

29- Thamuud yi woo kenn ci seen bokki dëkk yi, mu génné sàmmaar, ray wajanu gëléem wi.

30- Cëy, li su nuy mbugël ag ya ñu xàcc dawe yaram!

31- Danu yewwi ci seen kaw menn xaacum malaaka mi doŋŋ ñu dellu mel na banti ngooñ mu wow mu ñu jaxase ag ban

32- Danu def ba Al xuraan mën jërin yeete. Ndax am na kenn ku koy jëriñoo?

33- Xeetu Luut dafa jàppe yi ñu xàcc nay fen.

34- Nu yewwi ci seen kaw ngelaw luy sanniy xeer. Ba biir setee, Luut doŋŋ la ñu musal.

35- May la woon ci sunu wàll. Noonu la ñuy neexale boroom kóllëre yi

36- Dafa leen tiitale sunu fayyu waaye ñuy weddi sunu mënteelu fayyu

37- Dafa bëggoon nax ganam ya, ñu tàggale leen ag gisgis te ni leen: Mosleen samay mbugël ag yi ma digle

38- Mbugël mu seddatul moo dal ci seen kaw, ca ëllëg sa ci subë.

39- Moosleen samay mbugël ag yi ma digle.

40- Danu def Al xuraan mu mën yeete ; ndax am na kenn ku koy jëriñoo?
41- Li mu digle àgg ba ca waa kër Firawna;
42- Ñu tebbi sunuy keemaan yépp. Nu duma leen ni ki am doole, ki am kàttan, ki di dóoré
43- Seen ngëmadi yeen waa Makka ndax dafa tane yu ñooñee? Ndax dangeen daj ci Mbind yi lu leen saxalal mucc?
44- Ndax danuy waxi ni : Danoo dajeji ñun ñépp ñooñu ñu daan
45- Leegi mbooloo mu bari moomu dananu leen tas, ñu walbetiku joxe gannaaw
46- Waxtu àtte ba mooy wu seen ndajewaat, dana metti te wex.
47- Ñi tooñ daañu sóobu ci réeroo ag ndof.
48- Bés ba ñu leen jàppe ci jé, diri jëmële ci safara jaanama, daanu leen ni : mosleen laal safara.
49- Danu sàkk lépp ci cér yu yam
50- Sunu ndigël duwoon lu moy kàddu, gaaw na xefu bët.
51- Danu sànk xeet yu mel na yeen. Ndax am na kenn, ku jërinoo tegtal yooyii?
52- Seeni jëf yépp danu leen bind ci téere yi :
53- Yi gën mag ag yi gën tuuti yépp la ñu ci bind.
54- Ñi jub daanu dëkki ci biir walluwaayi ndox ag iy tool
55- Ci dëkkuwaayu dëgg gi; ci wetu Buur am kàttan.

Suraat LIII
Biddéew bi
Wacce Màkka 62 laaya
Benn – Senn – Menn la – Raax Menn – Raax Yërëm

1- Waat naa ko ci biddéew biy tëdd
2- Seen bokkdëkk wi réerul, te naxuñu ko
3- Waxul ci coobare boppam.
4- Li mu wax feeñu la wu ñu ko feeñu.
5- Ki rëy ndax doole moo ko sa.
6- Ki dëgër ba mu ko sawe ba noppi dafa dem noppaliku.
7- Dafa yéeg ca la bëtyam wa
8- Ba noppi wàcc, des tag ci jaww yi.
9- Dafa tollu ci diggante ñaari xala, walla lu gën joge.
10- Feeñal jaamu Yàlla wi li mu ko waróon fèeñal.

11- Xolu Muxammad du fen, dafa ko gis.
12- Ndax dangen di sulli werante ci li mu gis?
13- Gisóon na ko lu jiitu, ci weneen wàcce
14- Ci wetu lotis wi ci dog bi
15- Fi toolu dëkkuwaay wi nekk.
16- Lotis wi fekk na mu mbaaroog ker.
17- Bëtu Yonnent jàddul te réerul benn saa.
18- Dafa gis kéemaan wi gën yéemé wu Boroomam.
19- Lu leen Lat ag Al Ozza di niru?
20- Ag weneen woowu di Manaat ñattèelu xérëm wi?
21- Ndax danga am yaw doom yu goor, Yàlla am doom yu jigéen?
22- Séddoo wu ni mel jubul.
23- Du dara lu moy iy tur, yeen ag seeni baay yeena leen tudde noonu. Yàlla wanu leen benn firnde ci mbir moomu; toppuleen lu moy ay tandale ag seeni bëgg bëgg, te moona jot ngeen tegtal ci seen Boroom.
24- Nit ndax dana jot li mu bëgg?
25- Yàlla moo moom dundu ëllëg ag tay.
26- Ag li malaaka yi di bare ci Asamaan yi, seen tànk wu rafet du jërin dara.
27- Xana Yàlla nangul ko ki mu bëgg, ki ko neex.
28- Ñi gëmul dundu ëllëg ñooy jàppe maalaka ay jigéen
29- Xamuñu ci dara, danuy tandale doŋŋ. Te ay tandale mënuñu di dëgg.
30- Soreel kiy dëddu fu ñu ñu tudde, ki bëggul lu moy dundu àddina sii
31- Fii la seen xamxam àgg. Senn Boroom moo gën xam béppu nit.Kan mooy ki réer ci yoonam wi, moo gëna xam ku nekk ci yoon wi jub
32- Lépp lu nekk ci Asamaan yi ag suuf Yàllaa ko moom dana fay niy def lu bon, topp seeni jëf; dina neexal neexal wu rafet ñi mës di def lu baax.
33– Ñiy wattu tooñ yu mag yooyu, ag jëf yu ruslu yi, tey daanu ci bàkkaar yu ndaw, ñoonu Yàlla amal na leen yërmënde ju yaa.xamoon na leen bu baax bi mu leen de mêññal ci suuf, xam na leen booba nenu liir ngeen ci seen biri nday. Buleen

kon jéem di làyyi, moo gën xam nit ku mu doon, ki ko ragal.

34- Ndax seetlu nga ki wane gannaaw?
35- Kiy joxe lu tuuti tey korkorol ?
36- Kooku ndax am na xamxamu mbir yi làxxu ag di leen gis?
37- Ndax danu ko tarilul li ñu rëdd ci kayiti Maisaa yi
38- Ag Ibrayima mi tënku ca la mu digéwoon?
39- Ruu wi gàddu sas wi, du gàddu yosu keneen.
40- Nit du am lu mu ñaxxul.
41- Liggéeyam la ñuy xool.
42- Moom lañu koy neexaale ag fay na mu gëné jube.
43- Sa Boroom ndax dafa dul muyjantéelu lépp
44- Day reeloo te day jooyloo.
45- Day ray, te day dekkali.
46- Dafa sàkk ñaaroo goor ag jigéen.
47- Dafa leen sàkk ci jiwu wi mu génné.
48- Sàkkaat weneen wi des di sasam.
49- Dafay amal, tey mayé amam
50- Mooy Boroom tangoor wa
51- Moo far xeetu Aad mag mu jëkkoon ma
52- Ag xeetu Tamuud ; te bàyyiwu ca kenn.
53- Ag xeetu Nuux lu jiitu ñooñu ndax danu bonoon, te weddi.
54- Dëkk yi jaaxaan moo leen màbb.
55- Mbalit yi leen muur ñoo leen muroon booba.
56- Yan xeewali Boroom bi ngay werante?
57- Ndaw lii (Muxammad) moog ndaw ya woon benn lañu
58- Waxtu wi war jib mi ngiy jage. Amul garab gu koy faj lu moy Yàlla
59- Ndax wax jii moo leen tax waaru?
60- Daangeen ree fu ngeen war jooye
61- Daangeen dëkké wax yu sew
62- Sujootleen ci kanamu Yàlla te jaamu ko.

Suraat LII
Tundu sinayi
Wacce Màkka 49 laaya
Benn – Senn – Menn la – Raax Menn – Raax Yërëm

1- Ci tundu Sinayi
2- Ci Téeré buñ bind
3- Ci laxas wuñ tàllal
4- Ci julliwaay wuñ siyaare
5- Ci pujwërgel wuñ yëkkati
6- Ci géej guñ fonkil
7- Mbugëlum Yàlla sorewul.
8- Kenn mënu ko fànx.
9- Bés bi Asamaan dee baaru nay duusi dëgg
10- Tundmag yi daañu dox doxu dëgg
11- Bés booba subboxun niy jeeñ ndaw yi naxekat
12- Yuy daanu ci wax yu sew.
13- Bés booba daanu leen tàbbal ci Jaanama
14- Mooy safara si ngeen jappe ni fen, la ñu leen di wax.
15- Ndax léeb la ? Walla dangeen gisul dara?
16- Tàngaluleen ci safara soosu. Ngeen ànd ceeg muñ walla ngeen bañ ko àttan; li leen ciy juddul benn la. Danu leen fay li ngeen jëfoon.
17- Ñi ragaloon Yàlla daañu nekk ciy tool ag iy neexneex,
18- Di dund ci may yi leen seen Boroom xeewale. Seen Boroom dafa leen musël ci mbugëlum safara.
19- Lekkleen te naan ci jàmmi yaram, loolooy njëgu seeni jëf.
20- Ñu dëféenu ciy lal yu toppante. Danu leen may ñu sëy ag janx yu bët ya rëy te ñuul.
21- Ñi gëmoon tè seeni doom topp seeni tànk daanu leen dajaleeg seen njaboot. Duñu dindi dara ci seeni jëf. Nit ku nekk yaa tayle sa jëfi bopp.
22- Daanu leen joxi lu bari ci doomi garab ag yàpp yi ñu bëgg
23- Daañu joxxante ci géew bi, kup wi dul jur kàddu gu ñaaw du maye fu ñoo bàkkaare.
24- Ay surga wër leen yu ndaw di neexoog per yu ñu tëg ci seen naakar
25- Nu toog jàkkarloo ñoom Aji ambànneex yooyu. Daanu gisante ci seen biir

26- Daañu fattali ni danu mës xer ci sunuy njaboot.
27- Yàlla baax ci ñun, musël ñu ci mbuggël mu tàng mi.
28- Danu ko daan tudd ca jamamo, dafa baax am yërmënde.
29- Yaw Muxammad, waaral julit yi ; santal Yàlla ndax doo ci kàttanu Yàlla nay jabarkat, nay rab.
30- Daañu waxi ni : waykat la. Na ñu negandoo ag moom, nattu musibe yi
31- Ni leen : Négleen te danaa toog négandoo ag yeen.
32- Ndax seeni gént a leen di xelal, walla danu di rekk xeetu saaysaay ?
33- Dañu ni : Dafa sos moom ci boppam Al xuraan. Dafa fekk ni gëmuñu.
34- Na ñu menñal book wax ju ni mel suñu màndoo.
35- Ndax danu leen sàkk ci neen, walla danu sàkk seen bopp?
36- Ndax ñoo sàkk Asamaan yi ag Suuf? Dafa fekk ni gëmuñu
37- Ndax amami Yàlla yi dafa nekk ci seen kàttan ? Ndax danu di joxekat yi raw ñepp ?
38- Ndax danu am teppuyeeguwaay bay gis liy xew ci Asamaan ? Na ki ko dégg, génné kon firnde wu leer
39- Ndax Yàlla dafa am doom yu jigéen ni ngeen ame doom yu góor
40- Ndax danga leen di laaj payu weer? Dañu diis gànn ag iy bor.
41- Ndax danu am xamxam ci mbir, yi laxxu ? Ndax danuy bind ci Téere bi ni ko Yàlla di defe?
42- Ndax danu la bëgg gasal ay fiir? Yéeféer yi la ñu cay jëkk jàpp.
43- Ndax danu am Yàlla jeneen ju dul Yàlla? Na ñu sore ndamam, yooyu xëréëm yi ñu koy booleel
44- Su ñu gisoon ceru Asamaan di wadd duñu ni lu moy : Ñiir la wuy jàll
45- Bàyyileen ba ñu daje ag seen bés, bés bi nu leen di dumaa.
46– Bés bi seeni kor dootul jërin dara : duñu jot ci menn ndimmël.
47- Ñi bon daañu mos yeneeni mbugël waaye ñi ëpp ci ñoom xamuñu ko
48- Toogal muñ di nég àtte sa Boroom. Yaa ngi ci suñu suufi bët. Jogal màggal ngënéeli sa Boroom.

49- Màggal ko ci biir guddi; maggal ko ci bi biddéew yi dee saay.

Suraat LI
Ñiy tas
Wacce Màkka 60 laaya
Benn – Senn – Menn la –Raax Menn – Raax Yërëm

1- Waat naa ko ci gill yi tas tey wesar.
2- Ci niir wi diise aw yan.
3- Ci naawal yiy daw ag mënéel.
4- Ci malaaka yiy séddële lu mu mën doon.
5- Yi nu xàcc jëmële ci yeen, ngeen di ko dégg, du lu moy yu dëggu
6- Te àtte bi soreetul.
7- Ag Asamaan si ay sor dog.
8- Dangeen réer ci seeni dàgge.
9- Daanu dëddu ki dëddu diine jiy dëgg.
10- Na narkat yi dee.
11- Ñoom ñiy nuur ci biir ñàkk xam.
12- Dañoo laaj kañ la bésu gëm la di ñëw?
13- Bés booba daanu leen làkk.
14- Danu leen naan : dékkulèen yar yi ngeen yakkamtiwoon.
15- Ñi ragal Yàlla ñoo ngi ci biir tool yi ag ndex yi
16- Di bannèexu ci li leen seen Boroom sédd, ndax li ñu daan def lu baax.
17- Dañu daan nelaw tuuti (li ëpp ci guddi gi ñu di ko julli)
18- Te bu biir mësaan set ñuy ñaan di balu seen bàkkaar.
19– Ci seen alal kiy yalwaan ag ki am nattu amoon nañu ca cér.
20- Dafa am ci kaw suuf tegtal ci kàttanu Yàlla ngir ñi gëm bu takku.
21- Am na ci yeen ci seen bopp ndax dangeen ko gisul?
22- Asamaan amal na leen dund. Dafay denc li nu leen digaloon
23- Waat naa ko ci Boroom Asamaan ag suuf, dëgg la su ma mëne wax seen waxin
24- Ndax dégg nga xabaaru gani Ibrayima ya ? Ñi ñu gatandoo ag teranga.

25- Bi ñu duggësee këram ni ko : Jàmm, te Ibrayima ni leen : Jàmm rekk ! Ay gan lañu
26- Mu ni wa kërëm ca pett. Endi leen sëllu wu duuf wa.
27- Dafa ko tegal ganam yi ni leen : Du ngeen ci mos tuuti?
28- Fekk xelam di werante ci seeni tànk ; ñu ni ko : Bul ragal dara te di ko xamal ni dana juri doom ju xàmmeeku.
29- Noona jabar ja yeksi, ni ca tonnet ; dafa ni ca kaw jàpp kanam ga: man jigéen ju maggat dolli jaasir.
30- Loolu dey ni gan yi, mooy li Yàlla sa Boroom bëgg moom mi xam te xàmmee.
31- Lu di seen tànk yéen ndaw yi ?
32- Danu nu yónni ci kaw xeetu tooñkat
33- Mu koy sànniji ay doj
34- Yooyu sa Boroom yéllole képp kuy ëppal ci jefam.
35- Danu fa lim nit ñi gëm,
36- Te gisuñu fa lu moy menn këru nit ñu jox seen bopp Yàlla.
37- Danu fa bàyyi tegtal ngir ñi ragal mbugal mu metti ma.
38– Amoonna ay tegtal ci tànku ndaw li Maisaa doon dox bi ñu ko yonné ci Firawna jox ko kàttan wu wér.
39- Waaye moom ag kangaami réewam danu ko wan gannaaw naan : jabarkat la walla dof.
40- Dañu ko jàpp moom ag xareem, danu leen sóob ci géej gi. Rëbb ëmb ko
41- Amoon na ay tegtal ci xeetu Aad, bi nu koy yónnee ngelaw luy yàxx.
42- Amul nit ku mu aw sa kaw te defuloo pënd.
43- Amoon na ay tegtal ci xeetu Tamuud yi, bi nu leen nee, bannexuleen ba fi ñu àppal
44- Danu lànk bañ ndigali Boroom bi, géej sambaraax bett leen bi biir di set.
45- Menëtuñu jóg taxaw walla daw.
46- Xeetu Nuux lu leen jiitu, xeetu saaysaay lawoon it,
47- Danu tabax Asamaan ci sunu kàttan te lawal ka ci yaatuwaay.
48- Danu tallal suuf na rabbu ndés. Te danu ko tallal ag xàmmel.
49- Lu nekk danu ko sàkk mu ñaaroo ba ngeen mën ci ba xel.

50- Wutal dëkkuwaay ci Yàlla. Moo ma yónni ngir yee leen ci lu leer.
51- Buleen dendal iy xérëm ci wetu Yàlla. Wax naa leen ko ci bu leer ci ndigalam.
52- Looloo tax amul ndaw lu ñu yóoni ci ni leen jiitu te ñooña tàmmuñu ko dëmm mbaa dof.
53- Ndax danu joxante moomu pexe na ndono? Ci dëgg xeet la wu weddi
54- Bàyyileen, kenn du la ci mere.
55- Waaye bul noppeeg waare. Wax ji dana jërin ñi gëm.
56- Sàkkuma nit ñi ag jinne yi lu moy ngir jaamu ma.
57- Laajuma leen mburu, laajuma leen ñu dundal ma.
58- Yàlla rekk mooy joxe dundal ; dafa doolewu te dëgër.
59- Ñiy jëfi nu bon daañu am cér wu mel na wu ni daan jëfé nu ni mel bu jëkk. Bu ñu ma tooñ
60- Yàlla rëbb na weddikat yi, ndax bés bi ñu leen wax

Suraat L
Xaaf
Wacce Màkka 45 laaya
Benn – Senn – Menn la– Raax Menn – Raax Yërëm

1- Ci Al xuraan wi ndamu
2- Danu jaaxle ndax li nit di jóg ci seen biir di leen yee. Lii dafa bette ni weddikat yi.
3- Ndax bu ñu dee def pënd danu waraat dundaat ? Dellusiwaat woowu dafa sore lu ëpp.
4- Xam nañu ñaata la fi suuf jota lekk; am nanu fi téere wu nu denc wu koy jàngale.
5- Danu teg fen dëgg gi ñu leen wàceel. Dañu nekk ci mbir mu jaxasoo.
6- Ndax danu dul yëkkati seeni bët ci Asamaan ci kaw seeni bopp ? Ndax danu gisul ni nu ko tabaxe défar ko ba mu mel na amul benn pose ?
7- Danu tàllal suuf, danu ci sànni ay tundmag, danu ci dëj ñaaroo wu amul njëg wu béppu xeet.
8- Mbiru xalaat, ag xelal la, ngir béppu surga wu sopp di dellusi ci ñun

9- Danu wàccee ci Asamaan ndox miy baaxal; ci moom la ñoo saxale gàncaxi tool yi ag watt yi ño góop,

10- Ag tandarma yu kawe yi, te seeni car daanu and ag doom yi ci cëgg yiy lang.

11- Dañu am jërinu dundal nit ñi. Ag ndoxum Asamaan si danoo dekkali réew mu deewoon : Noonu la dekkali wa di deme

12- Xeetu Nuux, ñi dëkk Raas, Tamuud yi lu jiitu lii, jeeñ nañu fi fenn seeni Yonnent.

13- Aad ag Firawna, geño Luut yi ag ñi dëkk ci àll bi, xeetu Tobba ñoom ñépp, jeeñ nañu seeni Yónnent naxekat ba yelloo mbuggal mi ma leen daan dig

14- Ndax danu tàyyi ndax ñi nu jëkk sàkk ba ñuy werante sàkk mu bees mi ci dekkali ?

15- Noo sàkk nit te xam nanu li ka noowam déey ci nopp, noo ko gën jege fiy deratal baatam.

16- Su ñaari malaaka yi wara nangu kàddu nit, dee nangu loolu, kenn day toog ci ndayjoor, kenn ci càmmooñam

17- Du génné kàddu gi gën tuuti te benn ci ndaw yiy wattu gawantuwul bind ko ci lu leer.

18- Miiru dee gu wóor moo ko jàpp. App wi nga bëggoon randal a ngi.

19- Nu wal bufta gi! Muy bes bi nu leen daan yëgël

20- Béppu ruu dana ci nëw and ag aw seede ag ku koy wommat jubël, jemé ci kanam.

21- Danga doon dund fàtte bés bi, la nu kay waxi. Dindi nanu sor wi muuroon say bët. Tey say bët dañoo ñaw.

22- Malaaka wiy àndi ag moom dina ko ni : Lii laa la defaraloon.

23- Sànnileen ci Safara béppu weddikat dëgg,

24- Wu daan xeex lu baax, daan moy, tey werante ngëm,

25- Wu daan dendale ay xérëm ci wetu Yàlla. Tàbballeen ko ci tiis mu daw yaram.

26- Meneen Malaaka mi, ni Boroom bi du man maa ko nax, dafa nekkoon ci réer mu sore.

27- Buleen teesante ci sama kanam. Artuwoon naa leen lu jiitu.

28- Sama wax du soppi te du ma kuy noot iy surgaam

29- Ñooñu daañu yuuxu ni Jaanama : Ndax fees nga? dina tontu :ndax dangeen ame aji mbugël mu des ?
30- Ci fu sorewul, toolu neexneex baa nga ñu defaral ni jub.
31- Lii mooy li ñu digëloon béppu nit ku daan wattu tey topp yooni Yàlla yi.
32- Béppu nit ku ragaloon Amji yërmënde mi, te nëw ag xol bu nooy.
33- Dugg léen ci ag jàmm bés biy wéy ba fàww door na.
34- Daangeen fa am lu ngéen bëgg te mën nanu yokk mbarkeelam yi.
35– Wërleen réew yi te ngèen seet ndax am na fi kiraay luy musle ci sunu mer
36- Na ka béppu ñit yëg wu am xol, te di déglu tey gis.
37- Danu sàkk Asamaan yi ag Suuf ag dend wi dox seen diggante ci juróom benni fan. Coono fekkunu ci.
38- Muñal seeni wax, tey tari ngënéeli sa Boroom, balaa jant di fenk ag tëdd
39- Ag ci guddi gi it te nga jaamu.
40- Mayal nopp bu baax bés ba ngay déggi yéenekat bi di yéene ci wàll wu jege.
41- Bés bi nit ni dee déggi yooxu dëgg wi mooy bésu dekki ba.
42- Dañoo wàcce dee di dekkali. Noo di àppu lu mu mën doon.
43- Ci bés booba suuf day bette ubbéeku ci seen kaw.
44- Mu di bésu ndaje ba. Jëf jooju dananu yomb
45- Xam nanu waxu weddikat yi te yaw kenn santula nga sañaxal leen. Yeel ag Al xuraan ñi ragal yi ma diglé.

Suraat XII
Yuusufa
Wacce Màka 111 laaya
Benn-Senn-Menn la Raax Menn-Raax Yërëm

1- ALR Tegtali Teere bu fees yaa ngoogu
2- Danu ko wàcce jële ci Asamaan ci làkku araab ba ngeen dégg ko.
3- Danu lay nettaliji, xabaar bi dàxx te nu feeñalal la ko ci Al xuraan; xabaar boo mësul woon foog ba fii.
4- Bés Yuusufa dafa ni : Baayoo gisnaa fukki biddéew ag benn, jant bi ag weer wi di ma sujuutal.

5- Doom ! ni ko Yanxooba, fexeel ba bul nettali sa gent say doomi baay, ba ñu di la fi mbëbatal ay pexe, ndax saytaane noonu nit la, wu fes.

6- Noonu la la Yallà di jëlé, tànn la, jàngal la tekkim xewxew yi; Dana la may ba mu doy xééwalam yaw ag njabootu Yanxooba, ni mu maye say mamaat Abraxmenn ag Isaaxa . Sa Boroom ku xam, ku xàmme la.

7- Yuusufa agi doomi baayam mën nañu di mandarga mbaaxu Yallà ci ni bëgg jàng.

8- Bés doomi baayam yi di deeyante : Yuusufa ag doomu ndayam Benn yammiñ ñoom la sunu baay taamu, te moontin ñun ñoo ëpp. Ci dëgg sunu baay ci jumté wu fés la nekk.

9- Rayleen Yuusufa walla ngéen genne ko yóbbu béréb, seen Baay, iy bëtam ngeen feeteyoo ko yeen doŋŋ. Bu ko defe ngeen tërël di def jëfu nit ñu baax.

10- Kenn ci ñoom ni noonu : Buleen ray Yuusufa, sànnileen ko
, jëgg dana, ñëw for ko.

11- Bés doomu baayi Yuusufa yi, ni Yanxooba ; Baay sunu, lu tax nga bañ ñu dénk Yuusufa ? Moona lu baax la nu ko yéené.

12- Bàyyi ko mu nëw ëlleg ànd ag nun. Dana topp jurgi te dana fo, daañu ka wattu.

13- Danaa am lu ma naxadi ni Yanxooba, su ngeen ko jëlet ragal naa ab till lekk ko fu ngeen ci bayyiwul xel.

14 - Su ka till doon lekk ag ni nu bare, te nu tëlé ko wallu, dana nu naxxadi lool.

15- Noona la ñu yóbbóo Yuusufa, déggoo ñoom ñepp sanni ko ci biir teen. Def nanu ci gannaaw ga feeñu, ba Yuusufa mën leen fattali xewxew woowu te fooguñu ca dara.

16- Ngoon sa, ñu ñëw ci seen baay di jooy

17- Baay ñu ni, danu soré di daw dàxxe bayyi Yuusufa ci sunu wetiy yéré, noona till lekk ko, waaye doo nu gëm ag lu nu mën wax ci lu dëgg.

18- Bañ noppee, ñu wan ko turkéém ba taxx dérat. Yanxooba ni leen : Yeen ci seen bopp, yeena déggoo loolu lépp, waayé dara gënul muñ. Maa ngig ñaan Yallà ci naxxar woowu ngeen ma nettalisi.

19- Dafa fekk ay jëgg, jaar ci wàll yooyu, ñu yonni ndaw lu leen duyëli ndox; kooku yoor goj ci teen ba, yooxu.Mii ndajee neex ! xale ngi. Ñu nëbb ko ngir jaay ko. Waayé Yallà xamoon na seen jëf.

20- Dañu ko jaay njëg gu wayaf, ay daragma, na su ñu yékkamtiwoon génn ca.

21- Ki ko jënd (wa Misira la woon) ni jabaram gatandu ko ci xol bu rafet; dananu mës amal njëriñ ba ñu jël ko def na doom. Noonu la nu tàbbale Yuusufa ci réew ma; Nu jàngal ko mën tekki xewxew yi. Yalla dafa kàttanu ciy jëfëm, waayé ñi ëpp ci nit ni xamuñu ko.

22- Bi Yuusufa démée ba tollu ci dugg néégu góor ag xàmme, danu ko may xàmmee ag xamxam. Noonu la noo neexale niy def lu baax.

23- Jigéen ji mu dëkkëlsiwoon am suuxaam, tëj bunti néég yi ni ko : Kaay fii. Na ma ci Yallà musël ni Yuusufa. Sama samg kër dafa ma dëkkël ag laabiir.Ñi soxar duñu am wersëg.

24- Waayé mu wootal ko, ba mu démée bay bëgg joxe loxo tegtalu Yallà walbéti ko ca. Danu ko ko jox ngir dëddëlé ko ag lu bon, ag jëf ju ruslu, ndax dafa bokk ci samay surga yi màndu.

25- Noona ñoom ñaar ñepp ñu wuti bunt ba, moom ngir rëcc, moom jigeen ji ngir jàpp ko. Noona ku jigéen ki xotti colaayam ca doxx ga. Foofu jëkër ji yeksi : ñoom ñaar ñépp fenxoo ag moom ci bunt bi. Lu war ci ku fas yenné def bàkkar, jëm ci sa jabar lu moy tëj mbaa nduma su saf ?

26- Moom la ! Yuusufa moo ma woo ci lu bon. Kenn ci mbokku ku jigéen ki, seede ni : moo toñ, su fekkee ni colaay mi ci kanam la xotteekoo; ndawséé wax dëgg te Yuusufa di fen.

27- Waayé su xottekoo ci doxx gi, ku jigéen ki moo fen Yuusufaa wax dëgg.

28- Jëkkër ji xool colaay li gis ni ci gannaaw la xotteekoo.Say sos angoog. Te danu rëy

29- Yaw Yuusufa, baal lii xew mu rës; te yaw miy jigéen balul tooñ, ndax bàkkar nga.

30- Jigéenu dëkk bi, ñu nettali xewxew ma, door ci seeni biir naan : Jabaru Boroom Misira dafa bëggoon àgg ci jaamam wi ko dofloo ndax nobeel. Dafa téppatiku ci dëgg.

31- Ba jabaru garmi woowu déggée wax ja, dafa yónnée woote togg, di mberdeel jigéen ñooñu. Dafa jox nag paaka jigeen ju nekk ba noppi mu sant Yuusufa mu ñëw teew ci kanamu jigeen ña; ba ñu ko tégéé bët, danu door di ko tagge bay dagg seen loxo; tayatuñu ko te naan : yaw Yàlla kii du nit, kii malaaka la.

32- Mu ngoogu, ni leen jabaru garmi wi: kii tax ba ngeen ŋank ma di yàbbi ci sama kaw. Dama bëggóon mu séddoog man sama suuxé muy bañ ba tay. Su nanguwul li ma bëgg nag daañu ko tëj te dana ñu ko toskareel fu toskaré yam.

33- Boroom bi ! ni Yuusufa, tëj moo gën bàkkaar bi ñu ma bëgg dugël. Te soo ma musëlul ci seeni fiir, danaa ci tabbi, ndax Begg bëggu ndaw lu góor, ba def lu amul bopp.

34- Yallà nangul ko, teggi pexe ñooñu, ndax dafay dégg te xam lépp.

35- Waaye, mu neex leen, gannaaw tegtal yooyu ci mandutéem, ñu tëj ko jamano.

36- Ñari nit la ñu tëjandoo ag moom; kenn ki ni : dama gént biig di nal reseñ : Man ni keneen ki, dama gent yanu ay mburu, iy picc yéeg ca di cof. Tekkil ñu li gént yooyu làxx, ndax danu la jàppe nit ku wér.

37- Yuusufa tontu leen ni leen ; Balaa ñu leen di ëndil seen lèkk ci bès bi, Danaa leen leeralal seeni gént ba la ñuy am. Xamxam boobu mi ngi ma jógé ci Yallà mi ma ko jàngal, ndax dama dëddu diiné ñi gëmul Yàlla te di weddi dundu ëllëg.

38- Damay topp diine samay baay Abram, Isaaxa ag Yanxooba, duñu boolé menn mindéef ag Yàlla; loolu dafa jógé ci lu nu Yàlla cérale, na mu ko défale nit ñepp; waayé li ëpp ci nit ñi amuñu kóllëré.

39- Yeen samay àndandoo ci Kaso ! Ndax garmi yu bari ñoo gën walla Yallà ju di kenn te kàttanu ?

40- Ni ngeen di jaamu ci wetu Yàlla duñu lu moy ay tuur yu tëlé, yu ngeen sos yeen ag seeni waajur ! Yàlla joxuleen menn firndé ci seen tuur yooyu. Nguur gu magamag gi

Yalla rekk a ko moom; dafa leen sant ngeen bañ jaamu ku dul moom. Mooy diiné jiy dëgg, waayé ñi ëpp ci nit ni xamuñu ko.

41- Yeen sama àndadoo kaso yi, kenn ci yeen dana jottali kelifa koogu biiñ; Keneen ki danu koy ampàjeji picc yi ñëw di lekk ci boppam. Mbir mi tax ngeen laaj ma loolu, danu ko dogal te du àntu.

42- Noppi, Yuusufa ni, ki mu ni woon dana genn : Bu ñu la bàyyée fàttali ma sa Kelifa. Saytaané def mu fàtte waxtaane Yuusufa ag kelifaam. Noona Yuusufa toog ay at ci kaso.

43- Buuru Misira ni bés kenn ci kangami réew ma :

44- Dama gis ci gént juróom ñaari nag yu duuf, juróom ñaari nag yu oos lekk leen, juróom ñaari jàbb yu baxaw ag juroom ñaari jabb yu wow. Yéen garmi yi, leeralleen ma gisgis woowu, su ngeen mënée tekki gént.

45- Yooyu ay rab lanu, ay gént, xamuñu dara ci gënt. Kenn ci ñaari nit ñooñu ñu tëjoon ni leen (fekk mu door fattaliku Yuusufa ba mu ame ay at), danaa la ci jox leeral May ma ma dem seeti nit ki ko war def.

46- Yaw Yuusufa ! nitu dëgg gi leeralal nu, lan la tekki juróom ñaari nag yu suur yi juroom ñaari nag yu oos lekk; ag juroom ñaari jabb yu baxaw yi ag juróom ñaari jabb yu wow yi, ba nga xam ni su ma delloo ci ñi ma yonni ñu xam tekki wi.

47- Yuusufa tontu ka: Dangeen di ji, ni ngeen ko daan defe, diiru juroom ñaari at; dugub ji ngeen di góopi bayyileen ko ci jabb, ba mu des lu tuuti li ngeen di jeriñoo

48- Gannaaw loolu dana fi am juróom ñaari atu bekoor yu lekk lépp lu ngeen bayyiwoon ba mu dés la ngeen laxxoon.

49- Gannaw gi dana am at mu waa réew mi danuy am taw yu bari, ñu di nali resen ag oliiv

50- Noona buur bi ni : Andilleen ma waa jooju. Ba ndaw li ñëwée di seetsi Yuusufa, kooku ni ko. Dellul ci sa kelifa te nga laaj ko lan la jigéen ñoonu bëggóon def ni doon dog seeni baraam. Sama Boroom xam na bu bax seeni pexe.

51- Buur bi laaj jigeen ña : Lu waraloon xér googu ci dugel Yuusufa ci seen bëgg bëgg ? Na nu Yalla sàmm ci jigeen ña, defu fi benn bàkkaar bu nu gis. Jabaru Buuru Misira teg

ca: Lééġi dëgg gi fés na. Man maa wootaloon Yuusufa ci lu
bon Moom mësul taagoog wax dëgg.
52- Bi Yuusufa déggée loolu lépp, mu ni; Na sama kelifa démb
ji xam leegi nag ni mësuma ko wor ci gannaawam, Yalla du
sottal pexey workat.
53- Waaye nag duma ni itam tooñuma : Nekkandoo dana ëndi
lu bon fu ñu Yalla yërëmul. Waaye Yalla dafa laabir am
yërmënde.
54- Buur bi ni foofu : Andilleen ma Yuusufa, danaa ko jël
surga ci sama wet; bi mu waxee ag moom kàddu,dogal ni :
Lu ko doore ci tay, ci sama wet ngay nekk, am mënal am
sama kóoluté.
55- Yuusufa ni ko jox ma dàmbi rééw mi. Danaa leen tëyé ag
xel.
56- Noonu la ñu déje bu wér Yuusufa ci rééw ma : Mu mën
tànn dëkkuwaay fu ko neex. Danuy yan xeéwël ba mu doy
ku nu neex te du nu bàyyi mu raaf, neexalu ñit niy def lu
baax.
57- Waaye neexalu dundu ëllëg moo gënëti ci ni gëm te ragal.
58- Mu am doomi baayi Yuusufa yu ñëw Misira, dox ba ci
kanamam. Mu xamme leen waaye ñoom xammée wuñu ko
59- Ba mu leen joxe yóbbal ba noppi mu ni leen : andilleen ma
seen doomu baay ba des ag seen baay, gis ngeen ni
natt wu mat laa leen défal, te dama mën ganalé.
60- Su ngeen ma ko andilul dootu leen fi jëlé dugub, su ñëwul
soxlaatul ngeen di teew.
61- Daanu ko jéem am ci sunu baay, te daanu def lu nu mën ba
mu am.
62- Yuusufa ni nitam ña, nëbbleen njëgu dugub ji ci seeni ëmb
Am na duñu ko seetlu;.ñàkkul bu ñu ko gisée, walbatiku
delloosi ko.
63- Ba ñu delloo ci seen baay ñu ni ko. Dootuñu am dugub
Misira, bàyyil sunu doomu baay mu ànd ag nun nu amaat
ci. Daanu ko topptoo.
64- Ma dénkaat leen kii na ma leen dénkewoon magam
(Yuusufa) ? Yalla di wattukat wi gën, moo gënë laabir.
65- Bi ñu tekkee seeni ëmb gis ni njëgu dugub ji danu leen ko
delloo. Ñu ni baay lan la nu doon wutëti ? Njëgu dugub jaa

ngi nii ñu delloo ñu ko. Dañoo dellu jëndëli sunuy njamboot lu ñu lekk, daanu topptoo sunu doomu baay bi. Bilé yoon daanu dolli sëfu gëleem andi. Sëf la wu wayafawayaf.

66- Duma bàyyi Benjamm mu and ag yeen sobeeg du dangeen waat ni daangeen ko delloosi ci jàmm, su leen musibë mu rëy dalul. Bi ñu ko ko diggee Yanxooba ni : Yàlla mooy ki ma taylee seeni digle.

67- Dellu ni leen : Doom ! Bu ngeen àggee Misira, buleen dugge benn bunt doŋŋ : waaye ci yu bare; Am seetlu moomu du leen jërin dara ci kanamu dogalu Yàlla, ndax nguur gu magamag gi Yàllàa ko moom. Ci moom laa def sama kóoluté te ci moom là, niy muñ di def seen kóoluté.

68- Ñu duggé noonu ca dëkk ba, ni leen ko seen baay santewoon waaye àndag seetlu googu du leen jërin dara ci kanamu dogalu Yàlla waaye doon na aw ci li neex Yanxooba mi leen ko digëloon. Te Yanxooba dafa amoon xamxam bu nu ko jàngal: waaye ñi ëpp ci nit ñi amuñu ko.

69- Bi ñu yeksee ci kanamu Yuusufa dafa tëyé Benjamin rakkam jooju ni ko Maa di sa mag, bul amati tiis ci ñaawtéef gi nii defoon.

70- Yuusufa, bi mu leen joxe yóbbal ba noppi, dafa tàbbal koogu naanukaay ci ëmbu rakk jiy Benjamiñ, ba mu noppee ci ndigëlam benn yéénékat topp leen Yuuxu : Yeen ! Jëgg yi ndax ay sàcc ngeen ?

71- Doomi Yanxooba yi walbëtiku ni ko : Looy wut ?

72- Danuy wut koogu buur bi. Ku ko delloosi danaa am neexalu dugub wu sefu gëléem, maa ko waat ni yéenékat bi.

73- Waat nanu ko ci Yàlla ni doomi Yanxooba yi xam ngeen ni ñëwunu ngir toje, dunu ay sàcc.

74- Waaw su ngeen fenee nag ki ko def lu ñu koy teg? laaj ñeneen ni

75- Ñu tontu ni ki ñu gis koog wi ci ëmbom daanu leen ko jébbël ngir balu. Noonu la ñuy dumaa tooñkat.

76- Yuusufa jëkke seet seeni ëmb balaa seet bu rakam, génné nag koog wi ci mbuusu rakk ji. Nun noo soloon xel Yuusufa ; Du woon mën ci yoonuwaa Misira teg loxo ci nitu rakam, xanaa Yàlla bëggoon loolu. Danoo yëkkati jëmé kaw ki nu soob. Am na ku gën am xamxam boroom xamxam yi.

77- Doomi Yanxooba yi ni : Su Benjamiñ sàccee, magam mësoon na moom itam sàcc benn yoon. Yuusufa di nëbb lepp bañ ñu xammee ko. Te naan ci boppam ; Yeena ngi ci guta gu yées wi nu nekk nun ñaar. Yàlla gën xam li ngeen di nettali.

78- Yaw garmi bi ! Kii dafa am baay wu màggat Jàppal kenn ci nun bàyyi ko; xam nanu ni ku laabiir nga.

79- Bëggul moom Yàlla, ma jàpp keneen ku dul ki ñu génnée koog wi ci moom. Su ma défé lu ni mel teggi yoon.

80- Ba ñu demé ba mu wóor leen ni duñu am li ñu bëgg ñu génn gise. Ki ci gën mag ni : Ndax xamuleen ni seen baay dafa jot ci yeen digal ci kanamu Yàlla? Ndax dangeen fatte ñaawtéef wi ngeen defoon Yuusufa ? Duma jógé ci rééw mii, sobeeg du sama baay may ma loolu walla Yàlla feeñalal ma ci ndigël, ndax moo gën ci attekat yi.

81- Delluleen ci seen baay te ni ko. Baay ! sa doom sàcc na : Mënuñu seede lu moy li ñu xam, te mënuñuwoon daw mbir mu ñu foogulwoon.

82- Laajtelul ci dëkk ba,ag ci wetu njëgaan yi nu yegseendoloon, daa gis ni dëgg la nu la wax.

83- Bi ñu dellusee kër Yanxoba lii la leen wax ; Dangeen pexe lii lépp yeen ci seen bopp, waaye nu góorgóolu ñakkul Yallà delloo ma leen ñoom ñaar ñepp, ndax dafa xam dafa xàmmee.

84- Mu dëddu leen ni : xalaas ! yaw Yuusufa ! bët yi weex na yu maggat ndax ñewanté; fekk xol bi fatt ndax metit.

85- Doom yi ni ko : Ci turu Yàlla ; xana doo noppeeg di wax waxu Yuusufa ba fa la dee di bette walla mettit far say bés?

86- Dama gàddu sama naxxar ag sama mettit ci kanamu Yàlla te xam naa ci Yàlla lu ngeen xamul.

87- Doom ! demleen fu nekk laajte fa Yuusufa ag rakkam ne te buleen xàddi ci mbaaxu Yàlla, ndax ñàkk kólleré yi doŋŋ ñooy xaddi ci mbaaxu Yàlla.

88- Ñu dellusi Misira, nëw ci kanamu Yuusufa ni ko, garmi, Tumuranké dafa nu dal; nun ag suniy waakër andiwuñu lu moy lëf ci alal waayé feesalal nu natt wi sarax nu li ci dés. Yàlla dana neexal niy sarxe.

89- Ndax xam ngeen li ngen def Yuusufa, ag rakkam, bi ngeen dëkkée ci ñakk xàmme

90- Ñu ni ko : Ndax yaay Yuusufa ? Waaw maa di Yuusufa te kii sama rakk la. Yàlla dafa ñu laabiré, ndax ku ko ragal te muñ bégg. Yalla du far neexalu ñi mandu.

91- Ñu tontu ni ci turu Yàlla, Yàlla may na la nga défal nu lu baax na fekk nu defoon bàkkar.

92- Tay duma leen wax dara lu naxxadi. Yàlla dana leen baal seeni jëf ndax moo gëna am yërmëndé.

93- Demleen te yóbbaalé sama turki; muurleen ko sama kanamu baay. Dana dellu gisaat. Te ngeen andil ma njaboot gi yépp.

94- Bi jëggan mi jógée Misiraa, Yanxooba ni ñi ko wëróon : Damay xeeñtu Yuusufa, Dangeen yaakaar xëyna ni damay daanu rab ?

95- Ñu tontu ni ko ci turu Yàlla yaa ngi ci sa njumté wawoon.

96- Bi ndaw liy andi xabaar bu neex bi yeksee, dafa sànni turki Yuusufa wi ci kanamu Yanxooba, kooku dellu di gis.

97- Ndax dama leen niwul xam naa ci Yàlla mbir yu ngeen xamul?

98- Baay ni doom yi, ñaanal nu balu ci Yàlla, ndax bàkkaar nanu.

99- Waaw danaa ñaan ci Yallà, mu baalé; dafa laabiir dafa am yërmëndé.

100- Bi Yanxooba ag njabootam yegsee Misira, ñëw kër Yuusufa, dafa leen gatandu këram ni leen: Duggleen biir Misira su neexe noonu Yàlla; Dëkklen ci rééw mi, buleen am benn tiis.

101- Dafa teg ci toogu wu kawé bayam ag yaayam, ñooñu dëpp seeni kanam ngir jaamu ko. Baay ni Yuusufa li leeral sama géntu bés baa ngi nii ! Yàlla def na ko, dafa ma défal lu baax bi mu ma génnee kaso, bi mu leen jëlée ci dendwow wa, andi leen ci sama wet, gannaw bi nu saytaané texxale, man ag samay doomi baay. Sunu Boroom dafa fees dell ag mbaax su ko neexé. Dafa xam, xàmmée.

102- Boroom bi jox nga ma nguur, te may nga ma ma mën leeral xewxew yi. Sàkkkatu asamaan yi ag suuf si ya di sama kiiraay ci addina sii ag ci weneen wa, défal ma deeci nangu sa dogal, te nga teg ma boole ci limu ñi mandu.

103- Lii mooy xabaar bi, yaw Muxammad! Di benn ci limu nettali yu làxxu yi nu lay feeñal . Teewuloo bi doomi baayi Yuusufa andee, fexe seen pexe, tegal ko fiir; waayé li ëpp ci nit ñi ag lu ñu bëgg bëgg duñu ko gëmi.

104- Buleen laaj njëg ci nettali wi, tegtal la jëm ci nit ñëpp.

105- Cëy li di keemtaan tuuroo ci asamaan yi ag suuf si ! Dañu jaar ci seen wet dëddu leen.

106- Ñi ci ëpp gëmuñu Yallà, lu moy boolé ci jaamoom ay xérëm.

107- Ndax dafa leen wóor ni mbugëlum Yàlla du leen ëmb te waxtu wi du dal bett leen fu ñu ko foogewul ?

108- Ni leen : sama yoon a ngii. Dama leen woo ci Yàlla ci firndé yu wér. Man ag ki ma topp ci ndamal Yàlla, duñu xërëmkat.

109- Mësunu yónni lu la jiitu yaw lu moy ay nit; tànn leen ci xeetu dëkkk yu wuute yi, ñu di ñoo xam ni danu leen di feeñal sunuy ndigël. Ndax danu tukkiwul wër réew ma ? Ndax danu fa seetluwul luy muju ni fi dund lu leen jiitu ? Dëgg la, dëkkuwaayu àddina jeneen ji, moo ëpp njëg ci ñi ragal Yàlla. Ndax danu ko dul déggi ?

110- Ba su nuy ndaw yaakaaratul ndam ci seen coono, ba nit ni defee ni danuy fen, sunu ndimmël mësul jóg ci ndaw ya. Danuy musël ñi ñu bëgg, te sunu payu mënéesu ko teggi ci boppi ñi tooñ.

111- Xewoonu Yónent yi, dafa fees ag tegtal yu leer ci nit ñu ànd ag seen xel. Téeré bi du léeb wu ñu fent, ndax neexaay bi, dafa suuxel Mbind yi feeñ lu ko jiitu; dafa leeral lu nekk; dafa di yoon ag firndé ci may gi Yàlla wacceel ajigëm yi.

Suraat XI
Xuud
Wacce Màkka 20 laaya
Benn, Senn, Menn la, Raamenn, Raayërëm

1- ALR Téereé bii te laaya yi, nu rëdd leen bu dëgër, ba noppi
firi leen, ci ki xam la jógé;ci ki jàng
2- Buleen kon jaamu ku dul Yàlla : Man dama ñëw mu yónni
ma naka ndaw wu ñu sant yeete ag yëglé
3- Baaluleen seen Boroom, te dellusi ci moom; Dana leen
bànneexoloo cér wu neex, ba àpp wi nu dogal; te dana jox
neexal, béppu nit ku ko yellool. Waayé su ngeen dëddoo,
ragal naa seen mbugël, besu njolloor !
4- Dangeen di dellu yéen ñepp ca Yàlla mi mën lépp
5- Ndax du ñooy ñooñu di ëmb seeni xol, ci ñaari lem ngir
nëbb seeni pexe ?
6- Te suñuy jéém làxxu ci seeni yéré, ndax dafa xamul li ñuy
nëbb ag li ñuy feeñal ?
7- Dëgg la xam na li seen xol denc
8- Amul mindéef ci suuf mu Yàlla sàkkul dundam : xam na fa
mu nëbbu ag béréb ba moo deewe; lepp angi nu bind ci
téeré wu fés wi.
9- Moo sàkk asamaan yi ag suuf, ci digganté juroom benni
fan; Jalu nguram, lu jiitu mu sàkk li mu sàkk ci ndox
lawoon, noonu ba mu mën woor ciy bëtëm kan ci yeen
moo jéfé ni gën.
10- Soo nee : Daangeen dekki gannaw ngeen dee : Ajigëmadi
yi tontu : Xérëm doŋŋ la.
11- Te sunu daxxe mbugël mi jëmé ci àpp wa ñu naan : Lu ko
ko tere def ci saasi ? Ndax danu yaakar ni du yeksi mukk
bes ba ka kenn, dootul mën tere ? Li ñu defoon reetaan,
danaa leen ëmb ci wett yëpp.
12- Su nu mosale sunuy may, nit ki dellu nanguwaat ko, mu
daldi jaaxlé dellu ñakk kóllëré.
13- Nu mosal ko suniy may, gannaaw nattu daloon ko mu naan
: Nattu wàcc na ma ; daldi fees del ag mbégte ag rëy.
14- Ñiy muñ tey déf lu baax, ñoonu daañu daj laabir ag néexal
wu doywaar.

15- Ñakkul nga fatte xamle, wall ci li nu la feeñal, ba tiis dugg la fu ñu la nee : gannaw ñu yónné ñu alal ju jógé ca kaw, walla malayka ànd ag moom, duñu gëm. Yaw Muxammad, doo lu moy ndaw, ñu sant la yeete, Yàlla rekk mooy doxal lépp.

16- Ndax danuy waxi : Dafa fent Al xuraan ji . Tontuleen : Andileen book fukki suraat yu ni mell yu ñu fent te ngeen woo ñu dimmëlé leen ñu ngeen bëgg, ñu moy Yàlla. Defleen ko su ngeen mandoo.

17- Su ngeen amul xamleen ni dafa wacc ag xamxamu Yàlla; te amul Yàlla meneen mu dul moom. Ndax jullit ngeen?

18- Danu fay ci yoon jëfu ni bëgg dundu àddina si ag iy bànneexam; duñu loru.

19- Ñooñu ñooy ni dul ami ci dundu ëllëg lu moy safara ci séddélé mi. Li ñuy def fii du jur dara. Seeni jëf neen lay dooni.

20- Ndax danuy yami ag ni toppoon wax-ceede suñu Boroom wi leen seede taril, jogé ci Yàlla; te téeré Maisa jiitu ko na kuy dox, jiitu ca kanam, te nu jàppe ko na mandarga xeewal ci nit ñi ?. Ñii ñoo ko gëm. Safara mooy yoot, ajigëmadi yi mànko. Bul am menn ñari xel ci Téerée bi. Dafa di dëgg ci boppam Waayé ñi ëpp ci nit ñi gëmuñu ko...

Suraat X
Yunus
Wacce Màkka 109 laaya
Benn, Senn, Menn la, Raamenn, Raa Yërëm

1- ALR Tegtali téerée xamxam bi ñu ngi.

2- Ndax nit ñi danu waaru ci li nu jox feeñal wi, nit ku ñu tànn ci seen biir, ni ko : Yeel nit ñi te yëgal ni gëm, ni am nañu neexal ci wàllu Yàlla ndax seen am kollëré ga woon ? Ajigëmadi yi naan : Nit ki jabarkat la ci lu wóor.

3- Seen Boroom mooy Yallà jooju sàkkoon asamaan ag suufc juróom benni fan ba noppi, toog ci tóogu nguur gi ngir saytu dunya. Amul texxalekat ci wetam, xana mu maye ko. Yallà mooy seen Boroom, jaamuleen ko; xanaa dangeen xalatul mbir mi ?

4- Dangeen di dellu yeen ñepp ci moom. Loolu mooy diglé dëgg wu Yàlla . Dafay meññal li ñu sàkk ba noppi, dellowaat ko ngir, neexal ni gëm, niy def lu baax ànd caag màndute. Ñi gëmul ndox mu tàng la ñuy naani, te mbugël mu metti mooy dooni njëgu seen ngëmadi.

5- Moo maye jant bi ngir leeral dunya; ag weer wi ngir delloo léraageem, moo dogal iy jëmoom ba ngeen mën xam, limu at yi ag seen waññale. Yàlla sakkul loolu lépp ci neen, waaye ngir dëgg gi; dafa tekkil firndéem ñiy dégg.

6- Te woor na ni, ci tegalonté bëccëg ag guddi ag ci lepp lu Yàlla sàkk, ay tegtal yuy yëglee nga ci, ngir ñiy ragal.

7- Ñi yaakaarul gis nu bëgg doŋŋ dundu addina, te doyloo ko bu wér, ñi nga xam ni faalewuñu samay tegtal,.

8- Ñooñu daañu ami safara na dëkkuwaay naka njëgu seeni jëf

9- Ñi nangu gëm, tey def jëf yu baax, Yàlla dana leen jiite ci seen ngëm ci yoon wi jub. Ci seeni suufi tànk la iy ndox di wall, ci toolu iy mbàneex.

10- Ag wax ju mën full ci ngan la, duñu noppee naan ya am ndam yaw Yàlla ! Te seen nuyoo mooy: Jàmm

11- Li tëral seen ñaan mooy :Gërëm Yallà Boroom Dunyaa

12- Su Yàlla bëggoon farlu ci li bon ci nit ñi, ni muy farloo ci lu baax, seen àpp doon na jot ci lu gàtt. Waaye, danoo bay ñi yaakaarul gis nu gannaw bu ñu deewee, ñuy wëndaalu, ci biir jaxase, ci biir seen réerange.

13- Ña tawat dal nit, mu di ñu tudd tëddé wet, walla mu toog mba taxaw; ngééjoo nu yewwi ko, mu door di daagu na su fekkoon ni, daaf nu doon woo, ba mu tawatee. Noonu la ñoo tëyéé jëfi tooñkat yi.

14- Montin lu leen jiitu, fekk nu màbbal maas yu bari ba ay yónent ñëwé ci ñom, ganaaw seeni njubadi, and ag iy tegtal yu leer yu ñu nanguwul gëm. Noonu la noo neexalé bakaarkat.

15- Danu la dëjal seeni giir yi leen donn ci rééw mii, ba mën xam na ngeen di jëfë…

16 Xeet wu nekk mës na am yónentam, te fu yónent mësa ñëw ci ñoom, seen diggante danu ko mës défar ci mandute, mësunu leen teg lu yoon nanguwul…

Suraat IX
Mbaalu
Wacc Medina 130 laaya
Benn la, Senn la, Menn la, Raamenn, Raa Yërëm

1- Ceede waa ngi, ci wàllu Yàlla ag Yonentam ngir muc, ci
xérémkat yooyu,te ngeen tëraloon déggonte ci seen
diggante.
2- Tukkileen ci réew mi, ci ñeenti weer ag mucc waaye ngeen
xam it ni lebaluleen Yàlla dara; te Yàlla sib na ajigëmadi
yi.
3- Lii la Yàlla ag Yónentam biral jëmalé ci nit ni ci wàllu
bésu aj wu mag wi. Yallà digaalewul dara ag xérémkat yi;
du moon du ndawam li. Su ngeen tuube dana leen
ëppal njërin; su ngeen dëddoo, xamleen ni dungeen am
bunt ci Yallà. Yëgalal mbugël mu metti mi ni gëmul.
4- Lii lawul waaye, ëmb xérémkat yi ngeen digaaleel jamm;
te tebbiwuñu, te walluwuñu seen noon. Ngeen wattu ag
mandute, li ngeen diglewoon ba app wi mat. Yàlla sopp na
ñi ko ragal.
5- Weer yu sell yooyu, su ñu weesu, bóomleen xérémkat
yooyu fu ngeen leen fekk, jàppleen leen njaam.
Sañaxalleen leen, fiirleen leen mbett; waaye fu ñu tuube, di
julli julli yi, di sarxe, foofu, ngeen bayyi leen ci jàmm,
ndax Yàlla dafay baale dafay yërëm.
6- Su la aw xérémkat ñaanee làxxu, may ko ko ngir mu mën
dégg waxu Yàlla ba noppi, nga yóbbu ko ci béréb bu mucc.
Lii danu la ko sant, ndax danu di nit ñu xamul.
7- Nan la paraale mën am ci diggantè Yàlla, ndawam li ag
xérémkat yi, gannaaw ni ngeen ko digaaleeloon ca
waxuwaay wu sell wa ? Soobeek ñu ngiy jéfëntéeg yéen ci
yoon, jefënteleen ag ñoom ci yoon.Yallà sopna ñi leen
ragal;
8- Nan la ñuy màndoo ci paraale moomu ? Su ñu ëppee doolé
duñu am menn seetlu, na di digaalé derat, na di lu ñu
waatoon. Ñi ëpp ci ñoom ñu jubëdi lañu.
9- Dañoo jaay njàngalem Yàlla yi ci njëg gu yées, te dañoo
walbati ñeneen ñi ci xàll wi. Seeni jëf a ka bon.

10- Duñu am seetlu ci bokk derat, mbaa lu ñu waat ci seen diggante ag ajigëm yi ndax danu di ñu jubul.

11- Waaye fu ñu tuube, fu ñuy jullee, fu ñuy sarxee, doon seeni domi nday ci diiné. Danu leeralal bu wér suniy cantaane ñiy dégg.

12- Su ñu wedde li ñu waat, gannaaw fu ñu tëralé deggonte te dal, ci seen ngëm, dalleen ci kaw njiitu aji gëmadi yi (ndax amul waat wu sell ci ñoom) ñooñu daañu bayyi seeni ñaawteef.

13- Ndax dangeen dul xeex xeet wu tebbi la mu waaxoon, di jéem génné seen Yónent ? Ñoom ñoo tooñ di daan. Ndax dangeen leen ragal ? Yàlla gën na yelloo ngeen ragal ko, su ngeen dee ajigëm.

14- Xeexleen leen ba Yàlla duma leen jarralé ko ci seeni loxo, toroxal leen : ba mu may leen ndaan ci seen kaw te faj xoli ajigëm yi.

15- Ba mu tasaree mer mi ci xoli ajigëmëdi yi, Yàlla day dellusi ci ki ka soob, ndax dafa xam te xàmmée...

16 Waa Xuud yi danu ni Osayir mooy doomu Yàlla. Ci waa Isaa yi
Maisa mooy doomu Yàlla. Kaddu yooyu ñoo genne ci seeni gémmiñ, danu niroo ag yu ajigmadi ya woon bu yàgg, Yàlla na leen Yàlla xeex ! Na ñu leen walbati......

60 Dafa fekk sarax di lu war jërin néwjidoolé, ni ñakk, ni leen di fat, ñi seen xol ubbéeku ci lislaam, ci jotu jaam yi, boroom bor yi mënul fay, ñi nekk ci yoon te
Yàlla tax leen jog. Loolu mooy santaané Yallà. Dafa xam te xàmmee...

Suraat VIII
Moyaal mi
Wacce Medina 76 laaya
Benn la, Senn la, Menn la, Raamenn, Raa Yërëm

1- Dinañu la laaj mbiru moyaal. Tontuleen ni : Moyaal Yàlla moo ko moom moog ndawam. Raggalleen Boroom bi. J éemleen.déggoo ci seen biir te ngeen def li leen Yàlla ag ndawam sant su ngeen dee jullit.

2- Ñi gëm dëgg, ñooy ni seen xol di daw foo tudde turu Yàlla, ñooñu seen ngëm di fiddi fu ñu waxe iy santaaneem, te wooluwuñu lu mooy seen Boroom.
3- Ñiy topp julli yi, tey génné sarax ci lu ñu leen xeewale.
4- Nooñu ajigëm dëgg lañu; daañu toogi ci jéego yi gën kawe ci wetu seen Boroom; ñoo moom laabiram ag may yi muy séddëlé ag yéene.
5- Naka Yàlla defewoon bi mu la sante nga jógé sa kër te fekk wàll ci say toppe bañ ca ànd.
6- Dañu jóg di werante ag yaw ci dëgg gi nga xam ni leeraay ga day dal ciy gët, na su fekkon ni danuy nandaloojee dee, te gis ko ag seeni bët.
7- Bu leen Boroom bi nee : Benn ci ñaari xeet yi daañu leen ko jébbal, dangeen bëggoon mu doon wi ci amul kiiraay -
Waaye Boroom bi dafa bëggoon feeñal dëggu waxam, jéexal weddikat yi ba ci ki mujj.
8- Ngir dëj dëgg ba far fen, na fekk ñi tooñ di ca meri.
9- Bi ngeen sarxoo ndimëlal ki ci kawakaw, dafa leen nangul. Danaa leen wàlloo fukki junneey malaaka yu àndandoo ci tegaloo mu fatt.
10- Dafa leen dig, dig woowu, ba mën tàbbal ci seeni xol mbégté ag kóoluté. Béppu ndimmël ci Yallà lay jógé, ndax dafa kattanu am xàmmee
11- Fattelikuleen jamano ja mu leen ëmbé ci nelawalu kiiraay, waccee ndox mu jógé asamaan ngir séllal leen, taggale leen, ag saytaané ba tënk seeni xol ag ngëm, dëgëral seeni tànk.
12- Mu ni malaayika yi : Danaa des ag yeen. Demleen gën dëgëral ngëm yi. Man danaa joo tiitange ci xoli weddikat yi. Dogleen seeni bopp yi doorleen ci seeni cati baràmi loxo
13- Dañu dogoo ag Yallà ag ndawam li. Képp ku dogoo ag Yàlla ag ndawam li, Yàlla dana ko wan ni mu tange ciy mbugëlam.
14- Loolu moy seen pay, metitlooleen ko, safara si danu ko defaral weddikat yi.
15- Yéen ajigëm yi, bu ngeen dajeetee ag karànge noon muy jubsi, di dox, ñu maasaloo, buleen daw.

16- Képp ku dëddu xeex bi, te fekk du ngir fagaru dellusiwaat walla ñëw dabbali, kooku dana tegoo merum Yàlla, Dëkkuwaayam safara la; lu gën yées woowu dëkkuwaay !
17- Du yeen a leen di ray, Yàlla la. Bi nga sànne du yaw yaa sànni, Yallà la ngir seetlu ajigëm yi ci nattu wu réy; ndax Yàlla day dégg te xam lépp.
18- Yàlla daf ko def ndax day neenal pexey weddikat yi.
19- Dangen doon yóotu ndam, yeen weddikat yi, ndam li dëddu jox leen gannaw. Su ngen tebbee bañ di nu xeex moo leen di ëppal njërin. Su ngeen ci dellusee ñu dellusi ci ñun itam. Seen bariwaay du leen jëriñ dara ndax Yàlla ajigëm yi la àndal.
20- Yéen ajigëm yi ! nangulleen Yallà ag ndawam li, buleen leen sore mukk. Dégg ngeen ko.
21- Buleen mel ni ñi naan : Nu ngi leen di déglu te degluwuñu
22- Amul baayima wu yées ci Yallà, ni tëx, muumë du ñu dégg dara.
23- Su leen Yallà xamaloon lëf ci rafet njort, maykoon na leen ndégg waaye suñu ko amoon, danukoon walbatiku dëddu ko.
24- Yéen ajigëm yi ! wuyuleen woote Yàlla ag yónent bu leen woowee ci li leen di dundloo, te ngeen xam ni Yàlla ngir ci diggante nit ag xolam, te daangeen mës bés dellu ci moom.
25- Moytúleen wootal : ñi jubëdi du ñoom rekk lay dal te ngeen xam ni Yallà ku soxor la ciy mbugëlam
26- Fattalikuleen ñi néewlé, te néew ci réew mii, dangeen ragaloon seeni noon moxoñe leen; waaye Yàlla dafa leen may ndalu, difi leen ag ndimëlam, te dafa leen jox dund, ñàkkul ngeen sargale ko jëfi mbaax.
27- Yeen ajigëm yi ! wattuleen di war Yàlla ag yónent bi Buleen tàbbal labaj ci seeni diggante, ba ngeen xamee ni jàng ngeen.
28- Xalaatleen ni seeni amam ag seeni njaboot mbir yuy naxe lañu : te neexal bi leen Yallà defaral dafa dem dayo.
29- Yéen ajigëm yi, su ngeen ragalée Boroom bi, Dana leen taxawaru ni, Danaa far seeni bakkaar, Danaa leen baal ndax dafa laabir, tabe ciy mbaax.

30- Bu la weddikat yi doon mbébëtal, bi ñu laa bëggée japp, ray la mbaa ñu daxx la, Yàlla moom itam dafa leen te Yàllaa gën mën pexeel.

31- Bu nu leen jàngalatee suniy santaanee ñu naan : dégg nañu ko du tay. Bu ñu neexoon ñu feeñal yu ni mel. Lii sos ag génti niti demba là.

32- Yàlla mi kàttanu ! Su fekkee ni Al xuraan dëgg doŋŋ la dalalal ci suniy bopp tawu ay doj yu faxxe asamaan; teg nu aw mbugël mu metti.

33- Yallà du leen caw soobeeg yaa ngi ci seen biir; du leen it duma, fu ñu lay baaloo.

34- Waaye dara mënul tere Yallà mu mbugël leen bu ñu jañe ajigëm yi, soreel leen toppuwaay wu sell wu Makka wi, te fekk ni duñu ni koy wattu; ndax wattukati toppuwaay wi ñooy ni ragal Yàlla; ni êpp ci ñoom xamuñu ko.

35- Seeni ñaan ci kër gu sell gi, duwoon lu mooy waliis ag dóor loxo. Daanu dégg kàddu yii : Mosleen coono seen ngëmadi.

36- Weddikat yi dañoo sànk seeni alal ngir walbëti ñenn ñi ci yoonu Yàlla Dana ñu ko sànk lepp. Rëccu wu wex xàtt moo cay meñn te daanu leen daan.

37- Weddikat yi daañu dajeji safara

38- Yàlla Dana xàjjalé ki baax ag ki bon. Dana juug ni bon ñu tegaloo, yeew leen naw takk, jóo leen ci safara.

39- Nil weddikat yi, bu ñu wàccee ngëmadi, Yàlla baal leen démb waayé suñu ca dellootee, firndee ngi ci li daloon xeet yawoon.

40- Xeexleen leen ba far dogoo wi te gëm gu mu, doon ngëmal Yàlla, suñu dëdoo seen ngëmadi: Yàlla lépp lay gis.

41- Bu ñu nu dëddoo wan nu gannaaw, xamleen ni Yàlla mooy seen kiiraay; Cëy wii kiraay ag wi ndifi.

42- Xamleen ni fu ngeen moyaale wu baax juróomeelu cér wi Yàlla moo ko moom, Yónent bi mbokkam yi, njérim yi, neewjidoolé yi, ajitukki yi; su ngeen gëmee Yàlla, ag li nu feeñal sunu jaam bi, ca bésu Raññee ba, ci bés ba ñaari xare yi dajee. Yàlla dafa kàttanu !

43- Bi ngeen dalee ca wàllu xur wa, te seeni noon tëye wi mu janool, coggal ga ma nga taxaw, ci fi leen féete suuf; Su ngeen diggontewon ci seen diggante du antu. Tiit dafa leen dugg ndax mbare noon yi, waaye yeen a nga fa dajaloo ba Yàlla mën sottal jëf ji, dog ciy dogalam.

44- Ba ki waroon dé, tëdd ci tegtal wu fés ci asamaan, ba ki waroon mucc, dund ci mennum tegtal mi. Yàlla xam na, tey dégg lépp.

45- Fattalikul, yaw Muxammad ! ni Yalla dafa la wan ci gént Karange noon wu néew. Su la ko wanoon ñu ëpp fi doole dangeen doon yoxxi yeen ñépp, te dangeen ci doon xulóoji; dafa leen bëggoon musël, xam na li nëbbu ci xolu nit ñi.

46- Bi ngeen dajee ni jakk ciy ñoon, Yàlla dafa def ñu niru ci seen bet ñu barewul. Yàlla dafa wàññi seen dayo ci seeni bët ba mën sotal jëf ji dogoon ciy ndogalam. Dafa di kemteelu lépp.

47- Yéen ajigëm yi ! Bu ngeen teewee ci kanamu mbooloo mu gannaayu, àndleen ag dogu, te buleen taggog ag di tudd seen Boroom. Daangeen barkeelu.

48- Nangulleen Yàlla ag Yonent; Buleen sulli ay xuloo, ndax danuy ray seen Njaambaar, xañ leen ndam. `Andleen ag muñ ndax Yàlla ni muñ là àndal.

49- Buleen mel ni waa Màkka yooyu génnoon di tàggoo ag di wanewu, jógé seeni biir kër ngir teggi nit ñi, dëddelé leen ag yoonu Boroom bi. Gis na seeni jëf.

50- Saytaané moo leen lalaloon seeni pexe ni leen : Tay kenn mënu leen; maa di seen ndimël; waayé bi ñaari karànge yi dajee dafa dëddu wàn leen gannaaw, naan : danaa ci dugg, gisnaa lu ngen gisul, dama ragal Yàlla, miy mbugëlam, metti lool.

51- Naafexx yi ag ñi lagg dal ci seeni xol, danu ni ñooña : Seen ngëm dafa gumbëloo yii nit. Waayé ku teg ngëm ci Yàlla, xam ni kàttanu na am na xammee.

52- Cëy mii ceetaan, fa malaayika yi di roccee ruu wi weddikat yi ! danuy door seeni kanam ag seeni waxx tey yuuxu : demleen mosi cafka safara.

53- Munduxataal mi, jëfi seeni loxo la, ndax Yàlla du daanekat ciy jaamam.

54- Seen nattu dafay niroog mu njabootu Firawna ag ñàkk ngëm yi leen jiitu. Yàlla dafa leen moxoñe ndax seeni njubëdi. Dafa tal te soxor ciy mbugëlam
55- Dafa fekk ni Yàlla du tebbi mayam yi mu xeewale nit ñi soobeeg yàxxuñu seeni xol. Day dégg di gis lépp.
56- Seen nattu dafa niru wu Firawna ag ñi ko jiituwoon te daan jeeñ fen tegtali Boroom bi. Danu leen moxoñe ndax seni bàkkaar te danu suuxal njabootu Firawana. Ay ajingëmadi doŋŋ lañu woon.
57- Amul ci wallu Yàlla bayyima yu yées ni gëmul te des di weddikat.
58- Ñiy tërël déggoo ci seen diggante ag yaw, di ko tebbi saa su nekk, bañ gëm Yàlla
59- So demee ba jàpp leen ci xare, tasal ci mbugël mi nga leen di dugël, ni leen di toppi ba nu mën seetaat seen xel
60- Soo ragale kor jógé ci wàllu am xeet bañal diggaale sa diggante ag moom, te def na moom; ndax Yàlla bëggul niy jëfé wor.
61- Bul fook ni weddikat yi daañu daan, ndax mënuñu wànñi kàttanu Yàlla.
62- Dajaleel koon lu ngeen am ci doole, ag ay xare yu kàttanu ba tiital ñooñu Yàlla yi, ag sa yos, ag ñeeneen ñoo xamul te Yàlla xam leen. Loo joxe ci yoonu Yàlla daanu la ko fay te doo ci gaañu.
63- Su ñu taamoo jàmm, nga fekk leen ca, te teg sa yaakar ci Yàlla, ndax day dégg te xam lépp.
64- Su ñu la wore, Yàlla dana la doy : Moo la taxawu ci ndimëlam, ag wu ajigëm yi. Dafa dajale seeni xol. Soo doon sànk alal ji ne ci suuf si yépp, doo ko mën def Waaye Yàlla, dafa leen dajale ndax dafa kàttanu, dafa xàmmé.
65- Yaw Yónent ! Yàlla ag ni gëm te topp la doy nañu la
66- Yaw Yónent ! jóol aji gëm yi, ci xeex. Ñaar fukki jàmbaar ci seeni biir daan nañu ñaari téeméeri weddikat. Temeer ci ñoom dàxx nañu ci junne ndax weddikat yi amuñu xàmmee.
67- Yàlla dafa bëgg wayafal seen sas ndax xam na seen néewdoole. Téeméeri jàmbaar ci yeen daan nañu ñaari

téméri noon, te junni daan nañu ci ñaari junne ci mayu Yàlla mi ànd ag niy jàmbaar.

68- Yónent yi mësunu leen may, ñu jàpp xarekat fu ñu rayul ñu bari ci suuf. Dangeen bëgg alalu àddina Yàlla bëgg leen may alalu alaaxira. Dafa kàttanu te xàmmee

69- Su fekkoon ni feeñal wi amoon lu jiitu, melulwoon na ni dafa leen ci joo, alla doon na rocciji seeni ruu, ci mbugël yu tar ngir jotu ni ñu jàpp ca Badar.

70- Dundéleen alal ju lew, ju ngeen nangu ci noon yi, te ngeen ragal Yàlla Dafa laabiir te am yërmënde.

71- Yaw Yóonent ! nil ni ñu japp te ñu ne ci say loxo : Su Yàlla rànñee njub ci seeni xol, dana leen xeewalé amam yu ëpp njëg, yi nu nangu ci yeen; te Dana leen jéggal ndax ku laabiir la, te am yërmendé.

72- Su ñu ko bëggée nax dafa fekk ñu xalaat naxe lu ko jiitu. Dafa leen jëlé ci say loxo, te Yàlla dafa xam te xàmme.

73- Ajigëm yi bayyi kër seen gannaaw, ngir xeex ag seeni alal, ag seeni jëmm, ci yoonu Yàlla, ni dëkkal Yóonent te taxawu ko ciy jëfam, daanu leen tëyé, na ñu mbokk dox seen diggante. Ñi gëmoon te gaddaayuñu, duñu bokk ci ñi nga digaaleel mbokk soobeeg du ñoom itam danu génn seeni kër. Waaye su ñu ñaane sa ndimmal ndax ngëm, daa leen ko jox, lu moy mu di fu ñuy xeex say parale. Ki ci kawakaw gis na seeni jëf.

74- Weddikat yi, dañoo dimmëlente ci seen biir. Su ngeen déful noonu yeen itam, tasoo ag yengu yengu yu rëy, daañu am ci suuf si.

75- Ñi bayyi seeni kër ngir xeex ci yoonu Yàlla, ñi dëkkal ag taxawu Yóonent, ñooñu ajigëm dëgg lañu. Yërmëdé Boroom bi am nañu ko, ag iy mbaaxam yu tabe.

76- Ñi gëm, te gàddaayoon yàgg na, tey xeex ci yoonu Yàlla, ñooñu ci yaw la ñu bokk. Nit ni bokk ci derat doŋŋ bind nanu leen ci teeree Yàlla bi, ci nu topp seeni jëf; ndax Yàlla xam na lépp.

Suraat VII
Al Araaf
Wacce Màkka 204 layya
Benn - Senn - Menn la Raaxmenn - Raaxyërem

1- Aliif laam, miim, saalika. Yónnée nañu la téeré te bu ci
bern werante fëll ci sa xol; ba nga yeete ci, te mu waar aji
gëm yi
2- Toppleen yoon wi leen wàcce, ci seen Boroom, te buleen
surgëwu keneen ku ko moy. Sho dafa neew li ngeen koy
xalaat
3- Aka bari dëkk yu nu màbb ! Sunu mer dafa leen bett, yii ci
guddi, yeneen yi ci bëccëgu njoloor.
4- Lan la ñu doon yuuxu bi leen sunu mer bettee ? Waaw ñun
dëgg la danu àndulwoon ag ngëm.
5- Daanu layooloo xeet yi ñu yóonne ay yónnent; daanu
layoloo yónnent yi ci seen bopp.
6- Daanu leen nettali seeni jëf ci xamxam wu wér, ndax ñun
ñàkkunuwoon teew.
7- Bés booba nattukaay wi danaa dox yoonu njubte, ñi koy
feeteloo peg daañu bég lool.
8- Ñi dul matali ndiisaay wi waaw ñooñu dañu ñàkk seen mat
ndax danu jubëdiwoon ci li laal sunu yeete
9- Danu leen saxal ci kaw suuf jox leen fi dund. Yeena ñàkk
kóllëré.
10- Danu leen sàkk, defal leen melin dellu ni malaaka yi :
Sujjóot leen ci kanamu Aadama, ñu sujjoot ba mu des Iblis
mi bokkulwoon ci ñi sujjóot.
11- Yàlla ñi : Lu la tere sujjoot ci kanamam; bi ma la ko sante ?
Maa ko gën ni Ibbliis, danga ma sàkke safara te moom ci
ban nga ko bindé.
12- Génnal ni sunu Boroom, jombula ngay fonkaliku ci biir
bërëb yii. Jógé fi daa bokk ci limu ni ñu sib
13- Muñal ma ba bés bi ñit ni di dekkiji
14 - May naa la ko ni Boroom bi
15- Na fekk ni, dànga ma réeral, danaaa leen ëkku, ni Ibliis, ci
sa xàll wu jub wi.

16- Dolli danaa dàl ci seen gannaaw ag seen kanàm. Danaa leen féetése ndayjoor ag càmmooñ; Ñu ëpp ci ñoom duñu la wani kóllëré.

17- Jog fi ni Boroom bi lamboo toroxte ñu sanni la fu sore, te ku la topp... Danaaa leen feesale safara yeen ñepp.

18- Yaw Aadama dëkkal ag sa jabar ci tool bi, te ngeen dund ci doomi garab yi fu ngeen bëgg, waaye buleen jage garab gii ndax bañ tooñ.

19- Saytaane dugal iy peexeem ngir wan leen seen yaramu neen wi ñu leen nëbboon. Dafa leen ni, Yàlla terewuleen garab gii lu moy ndax bañ ngeen dooni ñaari malaaka mucc dee.

20- Dafa leen waatal ni mooy seen ndéey mu wér.

21- Dafa leen gumbaloo ba ñu sopp ko; ba ñu mosee garab ga, seen yaramu neen feeñ leen, ñu door di ko nëbb ag xobi garabi tool bi, Boroom bi ni leen : Ndax dama leen terewulwoon garab googu ? ndax dama leen niwulwoon ni saytaane seen noon la ci dëgg ?

22- Adama ag Awa tontu. Yaw sunu Boroom ! Tooñ nañu, te soo nu baalul soo ñu yërëmul nu sanku.

23- Wàccleen, ni seen Boroom, daageen noononté ci seen biir Daageen fekk ci kaw suuf dëkkuwaay ag banneex yu dul yàgg.

24- Daangeen fa dundi, daangeen fa deewe, te daangeen fa mës génn bés

25- Yeen doomi Aadama ! Daanu leen yónnée ay yëre ngir sang seen yaramu neen, ag ay takkaay yu am njëg; Waaye yëré ngëm, moo gëneti. Noonu la yeete Yàlla yi : ñakkul nit ñi bayyi ci xel

26- Yeen doomi Aadama! Buleen Saytaané nax ni mu naxe seeni waajur, yi mu jële ci tool ba , dafa leen summi ba mën leen wan seen yaramu neen. Moom ag ngàngóoram danu leen di gis fu ngeen leen dul gisé. Danu leen def ñu di njiitu ñi gëmul

27- Bu saaysaay yi defee jëf ju ñaaw, danu naan: Gisóon nañu seeni waajur daan ko def : Yàlla moo ko santaane. Ni leen Yalla du santaane ñaawtéef ; ndax dangeen bëgg wax ci jalla lu ngeen xamul ?

28- Nileen : Sama Boroom mandute la santaane. Walbëtileen seeni jé, jëmëlé fi ñoo jullee; tuddleen ko, nu dëggu ci seen njaamu. Ni mu leen génne ci neen, noonu la leen di delloosee ci moom. Dafay jubal ci yeen nii, bayyi ñeneennii, ci réer. Ñii danu jël ngàngóoru saytaané di leen surgëwu, taamoo leen Yàlla, te gëmuñu yoon wi jub.

29- Yeen doomi Aadama ! Soleen seeni yëré yi dàxx bu ngeen jëmee ca jaamuwaay wa.fankleen seen fakkuwaay fépp fu many jullée Lekkleen, naanleen, te bañ eppël ndax Yalla soppul niy ëppël.

30- Ni leen : kan moo mën tere sol càngaay yi Yalla meññal, ngir jaamam yi ag dunde ñam yu neex yi mu leen may ? Amam yooyu ajigëm yee leen moom ci àddina si, rawatina bésu dekki ba. Noonu la Yàlla di leerale, yeeteem, ñi xam.

31- Ni leen : Yàlla tere na béppu ñaawtéef wu fés, mbaa mu làxxu; dafa tere njumbadi ag doole ju àndul ag njub. Dafa tere ku ko dendale ag mindeef wu mu, joxuleen mëneel ci loolu, te dafa leen tere wax ci moom lu ngeen xamul.

32- Xeet wu nekk ag àppam. Bu seen àpp jotee, ñit ni duñu ko mën yeexal, du ñu ko mën gaawal.

33- Yeen doomi Aadama yi ! Danaa am ay ndaw, yu jogé ci seen biir, taxaw. Daañu leen taril samay yeete. Képp ku ragal Boroom bi tey jëf nu maandu, dana mucc tiitange te du am tiis.

34- Ñiy jeeñ samay tegtal na feen , ñi koy xeeb, daanu leen jébbal safara ñu dëkk fa ba fàww.

35- Kan moo gën gëmadi kiy sosal di fen ci wàlla Yàlla te jappe yeeteem naka ay naxe ? Nit ñooñu wàll ci allalu addina dana nekk seen cer naka teere faw bi waxe, ba fa sunuy ndaw yi, di jële seen ruu, di leen laaji : Ana seeni tuur yooyu ngeen taamuwoon di tudd bàyyi Yalla ? Dañuy tontuji : Réer nañu. Dañoo seedeji noonu, ñoom ci seen bopp, ni weddikat lañuwoon

36- Yallà dana ni leen: Tàbbileen ci safara si fekki maasi nit ag jinné yi réer lu leen jiitu. Saa wu maas wu bees duggee, moolu na maasu jigéenalam wa, ba fa nu leen di dajalee ñóom ñépp. Wi mujj dana joxoñ te naan foofa mas maces wi jekkon : Boroom bi ñoo ngi nii, nii ñoo ñu réeral,

tegleen mbugëlu safara ñaari yoon, Yàlla dana leen ni :
Ñaari yoon yooyu yeen ñepp a ci yam; waaye xamuleen ko.
37- Wi jëkk dana ni wi mujj : Lan ngeen ñu ëppalée ? Mosleen
mbugël mi seen jëf yelool.
38- Woor na ni ñi jeeñoon sunuy yeete fen te doon leen
suuféel, bunti Asamaan duñu leen ko ubbili: duñu duggi
àjjana lu jiitu gëléem jaar ci bënbënu pusó. Noonu la
noo faye tooñkat yi.
39- Jaanama mooy dooni seen lal, te seeni cangaay safara lay
doon, tiim leen. Noonu la ñoo neexaleji ñakk diiné yi.
40- Du teg sas wu weesu kàttanu ñi gëmoon tey def lu baax.
Àjjana dina nekk seen moomeel ñu dëkki fa ba faww.
41- Daanu dindi béppu naxxar ci seeni xol. Dex yi daañu wali
ci seeni tànk, te daañu yuuxuji: Yalla màgg na, moom mi
ñu ëndi ci béréb yii ! Woor na danu réérkoon sunu Yallà
womatul woon. Ndawal suni Boroom yi dëgg la nu ñu
waxoon. Baat dana leen degtel kaddu yii !Ajjana jaa ngii ji
gën jënd ci seeni jëf.
42- Te ñi dëkk ci tool bi daañu waxi, ñi dëkk ci safara si : yëg
nanu dëggu digle sunu Boroom ndax yeen yëg ngeen ko ?
Daañu tontu ni : Waaw, jóottalikat ci seen biir dina xaacuji
kaddu yii : Yallà rëbb na ñi ñakk diine.
43- Ag ñi daan dëddële seeni moroom yonu Yàlla wi bëggóon
ko dëngël, te gëmu ñu woon dundu ëllëg!
44- Kiiraay mooy dox diggante ñi bég ag ñi ànd ag tiis ; ci
Alaraf la nit niy taxaw xàmmente kenn ku nekk ci sa
màndarga wi la rànnée, daañu waxi niti ajjana ya :
Nekkleen ci jàmm ! Boroom tiis yi duñu ca duggi teewul
ñu doon ko bëgg lool.
45- Te fa seeni bët dee teguji ca ña dëkk ca safara, daañu waxi
Yaw sunu Boroom bul nu boole ag saaysaay si.
46- Ñi nekk ca Alaraf wa, daañu waxi nit ñi ñuy xàmmeeji ca
seen màndarga yu ràññeeku : Lu seen alal yi ngeen
dajalewoon, ag seen rëyaay jëriñ.
47- Ndax nit ñii ñooy ni ngeen waatoon ni, duñu jot mukk ci
yërmënde Yàlla ? Duggleen ci ajjana daangeen mucc
béppu tiis, te du ngeen naxxarlu.

48- Ñi dëkk ci safara dàañu yuuxu ñi dëkk ajjana : Sottileen ñu tuuti ndox ag mbànneex yooyu, Yàlla yoolale leen. Yàlla tontu nooñee, dafa tere lii ag lee weddikat yi

49- Ñi def diine ji seen fowukaay ag yëfu reetaan, te dundu àddina gumbëlo leen woon, danu leen di fatte tay na ñu fàtteewoon bésu teew bi ndax danu weddiwoon dëggu suniy tegtal.

50- Andiloon nañu leen montin téeré, te leeralal nanu leen woon ci xamxam, ba mu mën nekk yoon ag firnde, Yërmende ñi gëmoon.

51- Ndax danuy nég weneen firi ? Bés ba pireem yeksee, ñi ko sofentaloon ci addina daanu yuuxu : ndawu Yàlla yi danu ñu jangaloon dëgg ci lu wër. Ndax amees nanu texxalekat mu nu mën waxal ba nu mën delluwaat kaw suuf def lu wuute ag la nu daan deef ? Waaye dana fekk ñu jot sànku ba noppi te tuur ya ñu sàkkoon réer.

52- Seen Boroom mooy Yàlla mi sàkkoon asamaan yi ag suuf si ci juróom benni fan ba noppi toog ci toogu nguur gi, dafay muree guddi gi bëcceg kooku dellu dàxx ko ci saasi; dafa sàkk jant bi, weer wi ag biddéew yi, teg leen ci bëggbëggëm ci ay dogal. Sàkk ag àndag sago wi gën kawe ndax dafa leen moomul ? Barkeel na Yallà Boroom àdduna.

53- Tuddleen Yàlla ag toroxlu ci suuf. Soppul moykat yi

54- Buleen yàxx suuf si da ñu ko delloo ci nekkin wi gën, tuddleen Yàlla ndax ragal ag xér, ndax yërmëndé Yàlla dafa jage ñiy def lu baax.

55- Moom mooy Yónnee ngelaw yiy yëglé mbaaxam Danu leen di yanuloo niir yi diis ag taw di leen jañ jëmëlé ci rééw yi dee ndax bekkoor; danu cay wàccee ndox mi ñuy meñnale doomi garab yépp. Noonu la ñoo génnee ñi dee ci seeni bàmmeel, xëyna ngeen nekk ca

56- Suuf su nangu menñ doomi garab yu nekk ci mayu Yàlla. Suuf su nanguwul du mêñ lu dul yu naxxadi. Noonu la ñoo wutelente sunuy tegtal ngir nit ñiy def iy mbaax.

57- Danu yónni Nuux ci xeetam. Mu ni leen : yeen sama xeet jaamuleen Yàlla. Lu tax ba ñu di jaamu yeneeni nater lu ko moy ? Ragalal naa leen mbugëlu bés bu magg ba.

58- Ñu bari ci ñoom ni ko : gis nañu ni yaa ngi ci reér mu rëyarëy

59- Yaw sama xeet ! Nekkuma ci njumte, maay ndawal Boroom dunyaa.

60- Dama leen di yëgal santaane sama Boroom te di leen sa xel mu mucc, xamal naa Yalla lu ngeen ka xamalul

61- Dangeen waaru ci li waxu seen Boroom nëwee ci yeen, jaar ci nit ku bokk ci yeen ñu sant ko mu xudbé ragal Yàlla ba ngeen mën jot yërmëndéem ?

62- Waaye nitam ña jeeñ ko naxekat. Dañu ko muccal ci gaal ga moom ag ñi ko toppoon, labloo ni jeèñoon fen suniy tegtal. Xeetu gumbë lañu woon.

63- Danu yónni doomu ndayam Xuud ci xeetu Aad yi. Kooku di leen wax lu ni mel : yeen sama xeet ! Jaamuleen Yàlla te buleen jaamu yeneeni nater wu ko moy. Ndax dangeen ragalul Boroom bi ?

64- Ñu bari ci ajigëmëdi yi ni ko : ñu ngi la gis nga soobu ci ndof te danu yaakaar ni fenkat doŋŋ nga

65- Yeen sama xet, ni leen Xuud ! lii, du ndof, sore na ko, dama di ndawal Boroom dunyaa.

66- Dama leen di xamal santaaney Yàlla yi, dolli ma di seen ndéey wu wer te wóor.

67- Ndax dangeen waaru ci li kàddu seen Boroom ñëwe jaar ci kenn ci yeen, ñu sant ko mu xudba ? Fattalikuleen ni dafa leen dëj fii ngeen wuutusi xetu Nuuh wi fi newoon; dafa leen jox doole ci biir mindéef yi. Fattelikuleen mbaaxi Yàlla ba mën bég.

68- Ndax danga nëw, ñu ni ko, di ñu jaamuloo Yàlla Menn bàyyi tuuri sunuy baay ya ? Defal boog ba li nga xacci dal ci sunu kaw so dee nitu dëgg.

69- Leegi fayu ag meru Yàlla danañu dal ci seen kaw ndax dangeen bëgg werante ag man turu yi seeni baay ag yeen ci seen bopp joxoon tuur yoo xam ni Yallà mayu leen woon ci ñoom benn ndigël ? Négleen doŋŋ te dinaa negandoo ag yeen.

70- Ci sunu yërmënde danu musël Xuud ag ñi ko toppoon, far ba ñu jéex, làkk ni jeeñoon suniy yeete fen te gëmuñuwoon.

71- Danu yónnewoon Tamuud yi Saaleh seen bokk derat. Mu ni leen yeen sama xeet, jaamuleen Yàlla; lu tax ngeen di jaamu yeneeni nater yu dul moom ? Tegtalu.Yàlla wu wér a ngi. Gëléem gu jigén gu Yàlla gii tegtal la ci yeen; bayyileen ko moo for ci toolu Yallà bi; buleen ko def dara lu metti, ngir bañ mbugël mu metti dal leen.

72- Fattalikuleen ni Yàlla dafa leen fi wuutal ngeen topp fi xeetu Aad, dafa leen dëkkal ci suuf si, ci biir xuram yi ngeen di fi yekkati iy taax di fi yatt xeer di def kër. Fattalikuleen mayi kaw asamaan, te buleen daanu ci kaw suuf, di fi tàbbal yàxx.

73- Waaye njiitu Tamuud boroom doole ya, danu laaj ñawoon ca ñoom te ñu jàppewoon leen na ñu ñakk doole fekk ñu di ay ajingëm, ni leen : Ndax woor na leen ni Saale ndawal Boroomam la ? ñu tontu ni gëm nañu tank yi muy dox.

74- Waaye nun ci sunu wall, nanguwunu li ngeen gëm

75- Daldi dog yeeli gëléem ga, fippu tebbi santaane Yàlla ya, te naan Saale: Defal ba yi ngay tiitalaatee am, su fekkee ni ndaw nga dëgg.

76- Foofu dog wu metti bett leen, ca subë sa ñu ñëw fekk leen ñu dee talli ci seeni kër.

77- Saale bàyyi leen te ni : jottalinaa leen yéglé Yàlla te sa naa leen xel, waaye bëgguleen ni leen di sa xel.

78- Yonnee nanu it Luut ciy mbokkam. Mu ni leen : ndax daangeen def ñaawteef yu menn xeet mësul def lu leen jiitu. Ndax daangeen sàgganoo góor na suñu doon jigéen, ndax mbànneexi yaram? Ci dëgg xeet ngeen wu ëppël ci topp bànnexam.

79- Lu doon tontu xeetu Looth ? Danu waxante ci seen biir " Génnéléen ko seen dëkk". Ay nit lañu yu daan jaay cellete.

80- Danu muccal Luut ag njambootam ba mu des jabaram ja des gannaaw.

81- Danu taw ci seen kaw, taw... xoolal luy muju tooñkat ya.

82- Danu yónni ca Manjaanit ya, suwayib seen bokk derat mu ni leen : yeen sama xeet ! jaamuleen Yàlla, lu tax ba ngeen di jaamuji nater yeneen yu dul moom ? Tegtalu asamaan wu leer feeñu na leen . Wattuleen bu baax mataayu natt ag diisaay; buleen foxxati ci nit ñi li ñu moom. Buleen tasaare yàxx ci kaw suuf, gannaaw ba ñu ko deloo na mu ware. Looloo gën di njëriñ ci yeen su ngeen gëmée.

83- Buleen làxxu di bette ci xàll wu nekk, te buleen teggi ci yoonu Yàlla ñi ko gëm; dangeen ko bëgg dëngal. Fattalikuleen ni lim wu tuuti ngeen woon, mu fullal leen. Xoolleen muju ñu bon ñi.

84- Su fekkee ni wall ci yeen danu gëm, tànk yi may dox te wàll weneen tebbi ko, na ngeen muñ te nég Yalla atté sunu diggante. Mooy ki gën ci attekat yi.

85- Njitii xeet wi ci seen rëyaay ni surwayib : yaw Suwayib ! Daanu la dàxx sunu dëkk ag ñi àndoon ag yaw gëm, walla ngeen dellusi ci sunu diiné. Lan ? Ñun ñii ko sib ?

86- Danu tooñkoon ci fental Yàlla ay fen, sunu dellusi woon ci seen diiné gannaw ba nu ci Yàlla gennee benn yoon; Nan la nu ci mën delluseeti lu moy ci coobere Yàlla mi ëmb lépp ci xamxamam ?

87 Danu def sunu Yaakar ci Yàlla. Boroom bi atteel suñu diggante, ndax yaa gën xareñ ci ñiy dogal.Njiit yi ci seen biir, te gemuñuwoon ni mbooloo ma : Su ngeen toppee Shuwayib dee.

88- Yëngu suuf mu metti bett leen. Ca suba sa ñu bett leen ñu dee tàlli ci seeni néeg.

89- Ñi jeeñoon Suwayib naxekat, réér na nu fekkoon dëkkuñuwoon ci réew ma, niy jeeñ Suwayib naxekat sànku nañu.

90- Suwayib di dem te naan, yeen sama xeet ! Dama leen waar ci santaane Yàlla te dama leen diggal luy muslé. Wante lu tax ba may ñeewante nattu wi dal weddikat yi ?

91- Mësuñu yónni ndaw ci dëkk te jotunu lu ko jiitu ganesi booba dëkk ag nattu ag musiba ngir ñu toroxlu

92- Gannaaw gi ñu weccee naatànge ga ag ay nattu ba ñu fatte lépp naan : Mbànneex mi ag naxxar wi danu daan itam nuysi suniy baay. Ni saa nu japp leen ci mbugël, fu ñu ko foogewulwoon.

93- Su niti dëkk yi bëggoon gëm ag ragal, Yàlla ubbil koon nanu yooni asamaan ag suuf; waaye danu jeeñ suniy ndaw naxé, nu duma leen ndax seeni jëf.

94- Niti dëkk yi ndax wóoróon na leen ni sunu mer du leen bett ci guddi fekk ñuy nelaw.?

95- Niti dëkk yi ndax wóoróon na leen ni sunu mer du leen bett ci bëccëg, fekk ñu bàyyeeku ciy po ?

96- Ndax danu yaakaaroon rëcc pexey Yàlla ? Kan mooy yaakaar mucc ci pexey Yàlla ku mooy xeet wu ñu tëj ci réer ?

97- Ndax danu biralul ci bëti ni donn suuf si, gannaw ajidëkkaanam yu yàgg ya, ni su nu neexoon nu duma leen ndax seeni bakkaar ? Danu teg xaatim ci seen xol ba duñu dégg dara.

98- Danu lay nettali ay xibaar ci dëkk yooyu. Ay yónnent jóg nañu fa wane ay keemaan; waaye xeet yooyu gëmuñuwoon dara ci la ñu jotoon jappe fen lu ko jiitu. Noonu la Yàlla di tafe xaatim ci xolu gëmedi yi.

99- Fekkunu, ci ñi ëpp ci ñoom, menn kóllëre ci digaale ba ; ña ca ëpp danu di ay saaysaay.

100- Gannaw yooyu, nu yónni Maisa mu gàddu suniy tegtal, jëm ca Firawna ag magi xeetam ya : Dañu defe nu manduwul. Daa gisi liy muju ñi bon.

101- Maisa ni Firawna : Maay ndawal Yàlla Boroom dunyaa.

102- Yoon la ma bañ wax ci Yàlla lu moy dëgg. Dama ñëw ci yeen ngir def keemaan wu doywaar. Bàyyil doomi Israyel yi ñu dem ànd ag man. Firawna ni ko : Ba nga ñëwée ngir di defsi aw keemaan, wan nu ko boog sooy nitu dëgg.

103- Maisa sànni bantam ba. Noona mu soppeeku def jaan ci lu fes.

104- Maisa génné loxoom jëlé ci dënnam mu feeñ weex tall ci bëti ni doon seetaan

105- Magi xeetu Firawna ya àndoo, kii xeramkat la wu fendi

106- Firawna ni kii dafa leen bëgg génné seen réew; ni waw lan la yelloll ci seen bët ?

107- Ñu ni : Jàpp ko moog doomu baayaam te nu yónne ci dëkk yi yépp ay nit ñu woote ndaje

108- Te ñu ëndil la jabarkat yi xereñ yépp.

109- Jabarkat yi daje ci kër Firawna ni : wóor na ni daanu am neexal su nu ko daane

110- Waaw ci lu wér, te daa ngeen bokk ci ñi ñu gën beral loxo.

111- Jabarkat yi laaj Maisa : Ndax yaay jëkk sanni walla nun ?
112- Jëkkleen sànni ni Maisa; ñu sànni waar ñi doon seetaan génné seeni fit. Njabar lu bette la woon.
113- Noona nu feeñu Maisa : Sànnil sa yat noonu mu wann bant yeneen ya yépp yu soppeeku jaan
114- Dëgg leer nañn, jëfi jabarkat ya far.
115- Nu daan leen ñu rocciku àndag seen toroxte
116- Jabarkat yi sujjóot jaamu Yàlla
117- Naan : gëm nanu Yallà, Boroom dunyaa
118- Boroom Maisa ag Aaroona
119- Firawna ni leen. Lan ? Dangeen di tuub te mayuma leen ndigël.? Dangeen déggoo wor mii ci dëkk bi, ba mën ci génné dëkkandoo yi. Leegi ngeen gis.
120- Danaa doglu seeni tànk, teg ci seeni loxo; su noppe, ma ñadd leen daaj leen yeen ñepp
121- Ñu tontu : Danu war nun ñepp delu ci sunu Boroom.
122- Danga bëgg fayu ci nun ndax danu gëm keemani Yalla. Boroom bi ! May nu ndëger te def nu dee ci gëm la.
123- Magi reewum Firawna ni ko. Dangaa bàyyi Maisa mu dem ag xeetam ba mën tas sa suuf si wor la yaw ag say tuur, ? Koon ni Firawna na ñu ray seeni doom yu góor, te musal seeni doom yu jigéen, ñooñu daanu leen daan.
124- Maisa ni xeetam : Saraxuleen ndimmëlal Yàlla te ngeen teey ndax suuf si Yàlla ko moom, te dafa ko jox ndono ki ko soob ci jaamam yi. Dundu ëllëg neexalu ñi ragal la.
125- Danu nu nootoon lu la jiitu, te waccewuñu di nu noot. Maisa tontu ni, Yàlla mën na riitalé seeni noon def leen ngeen donn seeni suuf ba, mu mën gis nan ngeen di jëfé.
126- Jot nanu mosal xeeti Firawna yi bekkoor ag penditu dugub ba ñu delloosi seen xel.
127- Bi ñu delloo may leen naataange danu ni : Li ñu nu ameel a ngi. Na leen musibë dal, ñu ni aay gaafu Maisa ag wu ñi ko topp la. Seen nattu ci Yàlla la joge waaye ñi ëpp gisewuñu ko noonu.
128- Danu ni Maisa : Andil ñu keemaan yu la neex du tax ñu gëm la.

129- Noona, nu yónné leen mbënn, njéeréer, saxsax, mbott ag derat, tegtal yu wuute; waaye danu fonkaliku ndax rëy, des di ay tooñkat.

130- Fu góom dalé ci seen kaw, ñu ni Maisa : ñaanal sa Yàlla ji ci déggonte wi nga doxal sa diggante ag moom, soo nu musàlé ci góom wii, nu dolli la gëm te daañu la bàyyi nga dem and ag xale Israayel yi. Waaye ngeejoo nu taggale, leen ag goom wa, fekk app wi jot, ñu tebbi seen baat

131- Danu fayu ci dal kaw xeet woowu, danu ko labal ci géej ga ndax danu jeeñ fen suniy tegtal te mayuñu leen menn seetlu.

132- Danu ndonnalé néewdoolé yi réewi Penku ag réewi Sàwwu yu suuf si te ñu wàcce ci suniy yéené. Ndig yu rëy yu sa Boroom ya ci doomi Israayel yi danu yemb ndax danu àndoon ag dogu. Danu màbb tabaxi Firawna ag xeetam.

133- Danu jall géej gi ag doomi Israayel, yi fekk ci réew ma xeet wuy jaamu ay xërëm. Yaw Maisa ni waa Israayel yi defaral nu tuur yu mel na yi nit nii am. Xeetu ñàkk xam ngeen, ni Maisa.

134- Jaamu wi ñii di def, dafa di lu nu weesu te seeni jëf du meñn.

135- Ndax dama leen di wutal nag nater weneen wu dul Yàlla ni leen yëkketi ci kaw xeet yépp ?

136- Fattalikuleen ni danu leen yewwi jëlé ci loxol kër waa Firawna wi leen tegoon iy coono, di ray seeni doom yu góor te du ba lu moy ñu jigéen ña. Nattu wu diis la woon jógé ci seen Boroom.

137- Danu dogal ndaje ag Maisa ca fanweeri guddi ya, mottalee ko fukki guddi; yeneen, ba giseem ag Yàlla mat ñent fukki guddi, Maisa ni noos na Aaroona bokk geñoom : wuutu ma ci sama wetu xeet wi, défal nu jub te bul topp tànku ñu bon ñi.

138- Ba Maisa yegsee ca waxtu wa nu ko dogaloon te Yàllà wax ag moom dafa ni Yàlla : wàn ma sa bopp ba ma mën la xool. Doo ma gis ni Yàlla waaye xoolal tundmag wi. Su tooge ni tekk daa ma gis. Ba Yàlla feñtoo ci tundmag wa dafa ko def pënd. Maisa daanu xëm kanam ga dëppu ca suuf.

139- Ba xelam dellusee dafa ni : Màggal naa la yaw, dellusi ci yaw, di balu te maay aji gëm wi jëkk.

140- Yaw Maisa ni Boroom bi, dama la taamu ci nit ñi ñepp, ba nga gàddul ma samay santaane ag sama kàddu. Jëlal li ma la jox te nga am kollëre

141- Danu ko rëddal ciy alluwa santaane ci fanna yépp ag leeral yu mat sëkk ci béppu mbir. Yobbuleen ag dogu wu wér, te nga sant sa xeet, mu topp leen na mu gëné

142- Danaa teggi, moy leen ci samay tegtal, ñiy rëyrëylu ci kaw suuf ci lu awul yoon, di gisi samay keemaan te bañ ci teg ngëm, di gisi yoon wu jub wi bañ ko jël; waayé daj ci yoonu réér wi daldi ca sóobu

143- Noonu lay deme, ndax danu jeeñ fen samay tegtal bañ ci def seen xel.

144 - Jëfi ñiy jeeñ fen samay tegtal te gëmuñu dundu ëllëg amuñu njérin. Ndax danu leen war neexale neneen nu mooy seen jëfin ?

145- Xeetu Maisa jël gannaawam, naka lëf lu ñuy jaamu, jëmmu wëlu wu yaramoo iy laaram; tey mbuu, ndax danu gisulwoon ni mënulwoon wax ag ñoom ag di leen jiite ci yoon wu jub wi ?

146- Ñu jël wëlu woowu na seen lëfin wu ñuy jaamu, dolli ca njubadi.

147- Ba ñu demee ba réccu, ba nangu ni danu rééroon danu yuuxu : su nu suñu Boroom yërëmul su ñu baalul suniy bàkkaar, ñu sanku.

148- Maisa na mu dellusee ci biir xeetam, mer ba fees dell ni ca kaw : Lu bon la, jëf ji ngeen def, sama gannaw ndax dangeen bëgg wootal fayu Yàlla. Dafa sànni taabal ya japp ca boppu doomu nday ja, taf ci moom. Doomu nday ! ni Aaroona, xeet wi sama doole jepp la nangu, tuutee tere mu ray ma, bul dal ci man ba may samay noon lu leen neex, te bu ma boole ci niy yàxx.

149- Boroom bi, ni Maisa, baal, ma man ag sama doomu nday, xajal ñu ci sa yërmënde Ndax yaa di ki ëpp yërmëndé

150- Ñi doon jaamu wëllu wa dañoo yëgi meram, toroxte dal leen ci àddina jii. Noonu la noo faye niy sos iy fen.

151- Ñi nga xam ni danu tooñ ba noppi, dellusi ci Yallà ag ngëm Yallà dana am seen ñeewante ag seen yërmëdé.

152- Bi merum Maisa giifée, dafa dajale alluway yoon wi. Araf yi ñu ca bind, danu ëmb jëmu ag mbaax ngir ni ragal seen Boroom.

153- Maisa dafa sempi jurom ñaar fukki nit dëj leen ñu atte leen ci sama kanam. Yëngu suuf su rëy moo leen dal wànn leen. Maisa ni : Mënoon nga leen far lu jiitu tay te boole ma ci. Ndax danga nuy dóiori ci yoon ndax jëf yu bon yu mëccu nit ñu ñàkk bopp def ? Benn la woon doŋŋ ci nattu yi ngay réerale mbaa jubbënte ni la neex. Yaa di sunu kiiraay, yaa gën ci ñiy baale.

154- Xàjjal ñu cér wu rafet ci àddina jii ag ci jeneen ji. Ñoo ngi ci yoon wu jub, wi jëm ci yaw. Sama mbugal ni Yàlla, dana dal ci képp ku ma neex, sama yërmënde ëmb na lépp lu nékk; dama ko féetale ñi ragal, ñiy sarxé, ñi nangu samay firndé.

155- Ñiy topp ndaw lu mënul bind li, te ñu gis ñu tegtal ko ci téére yi : ci Tawreet ag linjiil; ki leen di digal lu baax, di leen tere lu bon, ki leen may ñu jeriñoo ñam yu neex di leen tere ñaam yu araam, Kiy wayafali seeni yan, te di leen tagaleji ag calala yi tegu ci seen kaw; ñi koy gëmi te di ko dimmëleji, di topp lèraange gi wàcc ànd ag moom, ñit nooñu daañu bégi.

156- Nileen : yéen nit ñi ! Dama di ndawal Yàlla li ñu yónni ci yeen ñepp

157- Wu Yàlla moomu, moom asamaan yi ag suuf si; Yàlla jeneen. amul ju dul moom, mooy joxe dund, mooye jox dee. Gëmleen Yàlla ag ndawam, Yóonnent bi bindut, te gëm moom itam Yàlla ag kàddoom. Toppleen ko ba nekk ci yoon wi jub.

158- Am na ci xeetu Maisa ay nit ñu jàppe dëgg def ko seen gindikaay te dëkké màndute.

159- Danu xàjj xaabira yi ci fukk ag ñaari giir, nu def lu ni day ci xeet; te danu feeñal Maisa fa muy ñaane taw, ngir xeetam, kàddu yii: Dóoral doj wi ag sa yat, doj wi xar def fukk ag ñaari mbënn, giir wu nekk xam fi mu war naane. Dellu nuy baaral ci seen kaw bopp, niir, yonnee leen nag xeewal ag picci cokkéer. Dundleen ci yu neex yi nu leen may. Du nun la ñu naxxaral; waayé seen bopp.

160- Danu leen daan wax ; Dëkkleen ci dëkk bii tey dunde yi fiy meñn ba doyle. Ñaanleen ñu far seeni bàkkaar te bu ngeen di jégi buntam bi, sujjootleen ngir jaamu Yàlla. Noonu nu baal leen seeni bàkkaar, te daanu yokk amamu ñiy def lu baax.

161- Waaye ci seen biir, ñi ci soxar, danu wuutal yeneen wax, wax yi nu leen waxoon. Noona nu yónné leen ca asamaan mbugël mu leen dal naka njëgu seen coxorte.

162- Laajleen lu ñu xam, ci dëkku wàllu géej wa dëkkaan ya daan moy ci saba, bésu saba wu, jën yi daan ñëw di nutti ci kaw ndox mi, te daan réer mes yeneen bes yi. Noonu la nu leen daan seetloo ndax danuwoon di ay dendalekat.

163- Wall ci ñoom danu daan laaj ñi daan waar nit ñu bon ñi, lu tax ngeen di waar xeet wu Yallà far mbaa di mbugëli mbugal mu metti ? Loolu ba mën làyyi ci kanamu Yàlla, te gën ko ragal.

164- Ba ñu bon ña fàttée waare ya, danu musal ci ñoom ña daan tere def lu bon, far ñu bôn ñi ci mbugël mu tar muy njëgu seen ngëmëdi

165- Bi ñu tebbee li ñu leen terewoon ñu ni leen ; na leen soppeeku nekk golo dall, ba mbooloo mi daxx leen. Sa Boroom ni lu jiitu bésu dekki ba, danaa leen yónnee xeet wu leen teg musiba yu metti; ndax sa Boroom ku gaaw la ci mbugëlam waaye ku laabiir la, ku am yërmënde.

166- Danaa leen tasaare ci kaw suuf, ñu tas def xeet yu wuute yu bari. Am na ci ñu maandu ag ñu maanduwul. Danu leen seetlu ci lu baax ag ci lu bon ba ñu dellusi ci nun.

167- Gannaw ñoonu ñëw, ñi leen donn : Dañu ndonolo téére bi (di Tawreet). Dañoo nangu ci suuf, alalu àddina te naan: Daañu nu ko baal, te sunu leen ko joxaate danu koy nanguwaat na su fekkoon ni danu nanguwulwon déggonte ag téeré bi, bi nu leen waxe : Buleen wax ci Yàlla lu moy dëgg; yeen a ngiy montin jàng tééré bi. Dëkk àddina jeneen ji moo ëpp solo ci ñi ragal Yàlla, ndax dangeen ko xamul woon ?

168- Ag ci ñi doggu bu wér ci téérée bi, ñiy julli, julli yi ndaxte danu dul ray ñun neexalu ni jub.

169- Bi ñu yëkkatee tundu Sin nayi na ker ci seeni bopp, danu foogoon ni day daanu ci seen kaw; noona nu ni leen : Nanguleen yi nu leen jox te ngeen dogu ci topp li nu santaane, te ngeen di fattaliku li nu denc ba ragal Yàlla.

170- Fàttalikuleen ni Yàlla dafa génné bés ci wàxxi doomi Aadama seeni njaboot ba noppi seedeloo leen ci seeni jëf ñoom ci senn bopp.
Dafa leen ni : Ndax dama dul seen Boroom ? Ñu tontu : waaw seede nanu ko. Danu ko def ba dungeen mën ni ca bésu dekki ba : xamuñu ko woon.

171- Ba ngeen bañ mën ni : Sunuy baay danu daan boole Yàlla ag yeneeni Yàlla lu nu jiitu; noo di seeni njaboot, ndax danga nuy sànki ndax jëfi ñi nar ?

172- Noonu la noo leerale sunuy njàngale : ñàkkul nu dellusi ci Yàlla.

173- Taril leen xibaru ki nu wanoon sunu tegtal te mu, . walbatiku ngir topp saytaane ba bokk noonu ci ñi réer.

174- Fekk sunu neexoon yëkkatinoon nanu ko ci tegtal woowu : waaye dafa dolli tënku ci suuf si, topp iy bëggbëggëm. Dafa niru xaj woowu di mbëw boo koy song te di bëw foo ko soree. Noonu la ñiy jeen fen sunuy tegtal mel Netaliwaat leen yii xibaar, ba ñu delloosi seen xel.

175- Lëf loolu bon la ñi jeeñ fen sunuy tegtal di niróol, te seen bopp doŋŋ la ñuy tooñ.

176- Ki Yàlla womat am na amé, te ki mu réeral sanku na

177- Danu bindal jaanama lu bari ciy jinné ag iy nit, ñu ànd ag ay xol yu ñu dul xame dara, am ay bët yu ñu dul gise dara am ay nopp yu ñu dul déggé dara. Dañu mel na ñu nage te gën réer nag. Noonu la ni dul seetlu dara, mel.

178- Tur yi dàxx Yàlla moo leen moom. wopleen ko ci yooyu tur te sore ñiy walbati li ñu tekki. Daañu jot njëgu seeni jëf.

179- Am na ci ni nu sàkk, nit ñu tégu ci yoon wu jub wi te maandu.

180- Ñi nga xam ni danuy jeeñ feen suniy tegtal, ñooñu dananu leen moxoñe ndànk, ndànk ciy pexe yu leen ump.

181- Danaa yagal seeni mbànnex, ndax samay pexe danu déju

182- Ndax danu mënul xalaat ni Muxammad seen àndadoo du saytaane waaye doŋŋ ku nu sant mu waare bu fés.

183- Lu leen tere walbati seeni gët, jëmëlé ci nguuru asamaan yi ag suuf si ag ci yëf yepp yi Yàlla sàkk, ba gis ndax seen àpp jagewul ? Ban tééré beneen la ñoo gëm ñoom ni gëmul al Xuraan ?

184- Ki Yàlla di réérali dootul am ku koy gindi; dafa koy bàyyi muy wëndaalu taggalikoo ag sagoom

185- Danañu la laaj kañ la waxtu wi di jib. Ni leen xam ko Yàlla doŋŋ moo ko seddoo moom kenn. Kenn mësul biral appam lu moy moom. Dafa diis ci asamaan yi na ci suuf si te buy ñëw day bette

186- Danañu la ko laaj na su fekkoon ni danga ci am xamxam. Ni leen : xam ko ci loxol Yàlla la nekk; waaye ñi ëpp ci nit ñi, dëgg woowu ump na leen.

187- Ni leen : Amuma mënéel ci jot li ma amal njërin walla soreel li may lor sobeeg du Yàlla bëgg ko. Su ma xamoon mbir yi nëbbu, doonkoon naa boroom alal te menn musiba du ma koon dal. Waaye duma lu dul nit ku ñu yonni ngir yëglé ag aar ñi gëmul.

188- Moom moo leen sàkk ci menn nit, meñnal ca kooka jàbaram ba mu mën dëkk ag moom; ba ngóor sa dëkkaale ag moom dafa door gàddu yan wu wayaf di dox doxin wu amul coono; ba ñu demee ba mu gën diis ñaari nit ñoonu sëyóon ñaan Yàlla seen Boroom ñaan wii : Boo nu xeewelee doom ju amul sikk, daanu sant say mbaax.

189- Ba leen Yàlla maye doom ju amul sikk, ñu wutal Yàlla ay dendandoo faye ko li mu leen defal, waaye Yàlla màgg na magg gu mayul ñu kay sosal ay dendandoo.

190- Ndax danu ko mën dendalee ag iy tuur yu leen mënul dimmali ci dara wala sax dimmàle seen bopp ?

191- Soo leen woowee ci diine dëgg ji, duñu la top . Nga woo leen ag nga noppi, benn la ci ñoom.

192- Ñi nga woo te duñu Yàlla, ay surgaam la ñu na yaw, ñaan leen ñoom ba gis ndax danañu la nàngulal, bu fekke ni màndu nga.

193- Ndax danu am tànk di dox ? am loxo mën jàpp dara? am iy gët di gis ? am iy nopp di dégg ? Ni leen : woo leen seeni moroom ngeen pexeel ma te bu leen ma may fu ma yakke. Ragaluma dara

194- Ndax sama kelifa mooy Yalla miy wacce teere bi tey musële.

195- Waaye ni ngeen di woo, lu moy Yàlla mënuñu leen wallu mba dimmale leen ñoom ci seen bopp.

196- Soo wootee jëmalé ci diine ji dëgg duñu la dégg; danu lay teg bët waaye duñu la gis

197- Seetlul li amul solo, te dogal nu njub ci diggante yi, te sore ni amul xamxam

198- Su la saytaane solee xel, wutal kiiraay ci Yàlla ndax mi ngiy dégg te xam lépp.

199- Ñi ragal Yàlla su leen Njuuma feeñoo, jógé ci Seytaane wi danuy def seen xel ci Yàlla daldi dellu ci saasi ag seen sago.

200- Seeni bokk geño, duñu def lu mooy yokk seen réeràngé, te mënuñu ñoom musël seen bopp.

201- Boo leen ëndilul laaya Al xuraan, ñu naan la: xana danga ko gisagul boog. Ni leen défuma lu moy topp li ma Yàlla di feeñal. Ay firnde yu wér lañu ci wàllu seen Boroom, yoon la te mayu yërmendé la ci ni gëm.

202- Bu ñu dee jàng Al xuraan, teeyleen deglu ni patt ba mën jot ci yërmendé Yallà.

203- Xalaatal Yàlla ci sa biir, ànd ag toroxlu ag ragal, wattu luy kàddu ngistal suba ag ngoon, te bul sàggan.

204- Ñi jége ag Yàlla duñu bañ ñaan ko danuy tagge ay ndamam tey sujóot ci kanamam.

Saraat VI
Jur yi aw jukk
Waccee Màkka 34 laaya ci 165
Benn Senn Menn la Raax Menn Raax Yërëm

1 Gerëm Yàlla mi sàkk asamaan yi taxawal lëndemaay ag leeraay.
Teewul ajigëmëdi yi di wutal moroom seen Boroom.

2- Moona moo leen sàkk ci ban te dogal àpp seen dund. Ápp wi ci kàttanam la nekk te teewul ngeen di werante ba tay.

3- Mooy Yàlla ci asamaan yi ag suuf, xam na li ngeen di nëbb ag li ngeen di wane; xam na li ngeen di jot ci seeni jëf.

4- Amul menn tegtal ci tegtalu Yàlla yi, wu ñu dëdduwul

5- Dañu jeen fen dëgg gi nëw ci ñoom, leegi daañu jot firndé ci li ñu jàppe lu ñoo reetaan.

6- Dañu gisul li ñu reéral ciy maas yu leen jiitu ? Danu leen dëjoon ci rééw mi ñu gën dëgër ni nu leen dëjé yeen danu wàccee ci asamaan taw yu bara ndox; danu walal iy dex ci seeni tank; dellu danu leen far ndax seeni bakkaar, feeñal fa ñu ñuwoon maas wu bees.

7- Na fekk ñu wàcceel la tééré bi ci xëti kayit,te weddikat yi làmb leen ag seeni loxo du tere ñu neeti: xërëm doŋŋ la.

8- Dañu naan : lu moy nu yónnée ko malaaka duñu gëm. Su nu leen yónnee woon malaaka, seeni mbir sottikoonna; duñu woon andati

9- Su nu yonne woon malaaka, danu ko doon yonnee, ag melo nit, solal ko yëré yu mel na seeni yos.

10- Lu la jiitu yaw, ay ndaw reetaan nañu leen fi; mbugël mi leen taxoon di reetaan, ëmb ña doon ree

11- Ni leen : wërleen addina te ngeen seet luy mujju ñi daan jeeñ ndaw yi fenkat.

12- Ni leen : Ku moom li ci asamaan yi yépp ag ci suuf ? Yàlla, Dafa teg boppam yërmënde naka warugar; dana leen dajaleji besu dékki ba, amu ci weranté. Ñiy reral seen bopp mooy ni dul gëmi

13- Moo moom lépp lu am ci guddi ag ci bëccëg, day dégg te xam lépp.

14- Nil ndax damay wuti kiraay weneen wu dul Yàlla ? Mi sàkk asamaan yi ag suuf ? Day dundal te kenn du Ka dundàl. Nil dama jot ndigëlu ki war jiitu ci ni jébbëlu ci Yàlla.

15- Nil: Dama ragal bu ma tooñee Yàlla wootal mbugëlum Bés bu màgg ba

16- Su fekkee am tay ku ka mëm wattu, fekna Yàlla wan ko yërmënde. Begteef la mu fes

17- Su la Yàlla tegee tawat moom doŋŋ moo la ci mën génné. Su la joxe may dafa fekk mu mën lépp.

18- Mooy Boroom axxanu iy surgaam; dafa xàmmee te xam lépp.

19- Kan moo seede nu gën diis ? Nil : Yàlla seede na suñu diggante yeen ag man, Al xuraan danu ma ko feeñalal ba ma yëgal leen yeen ni muy Yeksi ci yeen. Ndax dangeen di seedeji ni am na Yàlla ci wetu Yàlla ? Nil: Man du ma seedeji. Nil wóor na ni mooy Yàlla kenn te mucc naa ci li ngeen koy booleel.

20- Ñi nu jox Mbind mi xam nañu Yónnent ni ñu xame seeni doom, waaye niy tàggo ag seeni mat duñu ko gëmi.

21- Kan moo gën bon kiy sos iy fen yu muy Jeeñ Yàlla, kuy jàppe fen suniy tegtal ? Yàlla du meññalal ñi bon.

22- Bés daanu leen dajalaji ñoom ñépp; Daanu laaj bu boobaa ñiy àndandoole ni:
Ana àndandoo yi ngeen di boole ag Yàlla te ngeen sosaloon leen seen bopp ?

23- Te weneen lay wan la ñoo ami wu dil naan : waat nañu ci Yàlla suñu Boroom ni àndandoole wuñuwoon mukk (yeneeni Yàlla ag Yàlla)

24- Gisàl ni ñoo fenale seen bopp, ag ni tuur yi ñu sosoon rocceekoo.

25- Am na ci ñoom ñuy ñëw di la dégglusi, waaye danu def lu weesu menn laxas ci seen xol, ba duñu mën gis dara ndax diisaay ci seen nopp. Na fekk sax ñuy gis lu mu mën doon ci keemaan,du ñu gëmi; daañu ñëw sax ñoom ajigëmëdi yooyu di werante ag yaw te naan : Al xuraan jii du lu moy jalu leebi ñu mag ñu jëk ña

26- Dañuy xeddi ñeeneen ni, yónnent, te dëddu ko ñoom ci seen bopp,waaye réeraluñu lu mooy seen maat te xamuñu ko.

27- Soo leen gise fa ñu leen tege ci kaw safara si danu fay yuuxu! neexoon ñu delloonu ca suuf ! soo dootunu mukk jeeñ ñay fen, tegtali sunu Boroom bi, danoo doon ajigëm.

28- waaw, lu ñu daan nëbb démb feeñ na ci bésu kàmm ; waaye sunu delluwoon ci suuf it danu doon delluji ci ya ñu leen terewoon, ndax duñu lu moy ay fenkat

29- Dañu naan : Amul weneen dund wu dul dund wi ci suuf, te kenn duñu dekkaliji.

30- Boo leen gise bés bi ñu leen ëndée ci kanamu seen
Boroom; dafa leen naan : Ndax dafa dul woon dëgg ? Dëgg
axxan ci turu sunu Boroom. Mosleen boog,ni sunu
Boroom, mbugël na njégu seen ngëmëdi.
31- Ñi doon jéeñ fen teewaay ci kanamu Yàlla, daañu sanku bu
leen saa bette. Dañuy waxi : musiba dal nanu ndax
fattewoon ka ca kaw suuf; dañoo gàdduji, seen yan, ci seen
doxx, te cëy woowu yan !
32- Dundu àddina si du lu moy fo ag fowantu; dundu ëllëg moo
gën ci ñi ragal; ndax dangeen ka dul xami mukk?
33- Xam nanu ni seen kàddu naxxadi na la. Du yaw la ñuy jeeñ
fen. Yéeféer yi tegtali Yallà la ñuy weddi
34- Lu la jiitu ay ndaw jeeñ nañu len fenkat; danu muñ ñu tooñ
leen, tebbiwu ñu ba fa sunu ndimmal yeksee wallu leen
taxawu. Ndax kan a mën soppi waxi Yàlla ? Waaw ndax
xam nga xabaaru ndaw ya....

Suraat V
Wacce Medina 10 laaya ci 120
Benn, Senn, Menn la , Ramenn, Ra Yërëm

1- Ajigëm yi ! Ngeen wattu seen dige, May nanu leen ngeen
dunde suuxu seen coggal, waaye bu leen lekk bàyyima wu
nu leen tere ray ci rëbb, fu ngeen sole seeni yëre aj. Yàlla
day santaane lu ko soob.
2- Yeen ajingëm yi ! wattuleen di bakkar, ci xewxewi diiné aj
ci weer wu sell wi, ci sarax ag takkaay yi ñuy wékk ci rendi
yi. Téralleen niy farlu ci biir këru Yàlla jji, ngir di fi sàkku
may ag mbégte seen Boroom.
3- Bu aj mi weesoo, mën ngeen rëbb. Buleen mere ni leen
doon jéem bëmëx ci waxuwaay wu sell wi, tax def lu
jaaduwul. Dimmëlenteleen ci def lu baax ag ngëm waaye
buleen dimmëlentente ci lu bon ag jëf ju ñaaw, te ngeen
ragal Yàlla ndax nbügalam danu saf.
4- Bàyyimes wu médd, dérat, yàppu mbaam, lépp lu ñu ray ci
tur weneen wu dul ci wu Yàlla, bayyima yi ñu sexxi dóor
ray, ray ci daanu walla jamjamu bëjën; yi rabu àll fàdd
sobeeg du dangeen leen selal ci rendi, li ñu ray ci
mayewaayu xërëm, yooyu yépp tere nanu leen leen. Buleen

leen seddóo ci di xool iy fett, ndax loolu ñàkk diinée la. Réccoo ngay nég ñi dëddu seen diine, buleen leen ragal, ragalleen ma man.

5- Tay jii dama teg xaatim wi ci seen yoonu diiné, te dama leen bégale sama kemte may. Dafa ma neex ma may leen lislam naka diine. Ki nga xam ni ndax coono xiif, te wutul tooñ, dafa jéggi suniy ndigal, kooku daañu ko rammu nda: Yàlla dafa laabiir am yërmëndé.

6- Daañu la laaj lu nu maye. Tontuleen. Lépp lu baax te neex may nanu leen ko, Jappu bayyima rëbb yi ngeen yar naka xaj ci xamxam wi ngeen jot ci alla may nañu leen leen. Lekkleen lu ñu leen andil ci tudd turu Yàlla. Ragalleen ko ndax dafa gaaw ci seetlu jëf.

7- Tay bànnexu ci lépp lu baax may nanu leen ko. Lekku ñi jot ci Mbind yi may nañu leen ko te may nanu leen ñoom itam, lekk seeni yos. May nanu leen sëy ag xale yu jigéen yu màndu yu ajigëm yi ag ñu bokk ci ni leen jiitu jot Mbin yi; na fekk rekk ngeen sàkkal leen warugar. Dundleen ag ñoom ci nu set, buleen leen sàggonoo, te buleen leen jàpp taara. Ku wor sa ngëm ñàkk watt say jëf yu baax te daa bokko aalaxira ci niy toskaré.

8- Yeen aji gëm yi ! Bu ngeen demee bay julli, raxasleen see kanam ag seen loxo ba ci conc; fompleen seen bopp ag seeni tànk ba ci tenxu.

9- Setaatu leen gannaw neegandoo ag seeni jabar; waaye su ngeen tawatee walla ngeen di tukki, su ngeen demee gannaw kër, walla ngéen amlente ag jigeen, su ngeen amu ndox, fompleen seen kanam ag seeni loxo ag suuf su sew t set. Yàlla bëggu leen teg menn sas, waaye dafa leen bëgg raxas ngeen set te feesali mbaaxam, ba ngeen sant ko.

10- Fattalikuleen boog iy mbaaxam ag digaale wi dox seen diggante bu ngeen nee : Dégg nanu te daanu nangu Ragalleen Yàlla ndax dafa xam seeni jëf.

Suraat IV
Jigeen ni
Wacce Màkka 12 laaya ci
Benn Senn Menn la Ramenn Raayërëm

1- Yeen nit ñi ! Ragalleen seen Boroom bi leen sàkk yeen
ñépp, ci mennu nit, ci nit koo ku mu tabax ci àndadoom, ci
ñaari mindéef yooyu mu génné ci lu ni day ciy góor ag ciy
jigéen. Ragalleen seen Boroom mi tax ngeen di lajante ci
seen biir. Terallen butit yi leen ëmb. Yàlla day seetlu seen
jëf.
2- Dellooleen njërim wi alalam; buleen weccee li bon ag li
baax. Buleen wànn seen ndono jappe ko seen bos, bàkkaar
la bu rëy.
3- Su ngeen ragalée Njubëdi ci wàllu sëy buleen tàkk lu moy
jabar yu bariwul, ñaar, ñatt walla ñeent ci ñi leen neex. Su
ngeen ragale wàcc yoon, buleen takk lu ëpp benn walla li
seen loxo ndayjoor moom. Jëfin wu doxe noonu dana leen
yombal njub. Yemballeen warugari jabar; Su fekke ni neex
na leen ñu joxleen ca wàll, jeriñoo leen ko na mu ware, na
leen neex
4- Buleen teg ci loxo nit ñu amul laf alal ju leen Yàlla denk;
waaye joxleen leen dund ag yëré. Buleen wax ag ñoom lu
weesu kàddu yu màndu.
5- Seetluleen seeni am xel ba ba ñuy mat sëy; bu ngeen deme
ba seetlu ci ñoom am gisgis mu wér, joxleen leen ñu tëyé
seen alali bopp. Wattuleen yaxx ko ci joxe wàlla ci farlu
jox leen ko ndax ñu ngiy màgg
6- Na wattukat wi am alal wattu laal alalu ñi moo wattu. Ku
amul dafa ci war sàkk ag teey.
7- Ci fa nga leen di delloo seen alal na leen ay seede taxawle.
Yàlla dana la seedeel say jëf te loolu doy na
8- Góor ni war nañu am wàll ci li seen baay, nday ag mbokk
bàyyi. Na ndono li rëy na tuuti am na ci cér wu ñu moom.
9- Bu fekkee ni mbokk yi, njérim yi ag néewjidoole yi teew
nañu, ci séddale bi, joxleen leen ci as lëf, te seen wax ag
ñoom neex te mandu.

10- Na ñi ragal bàyyi seen gannaw ay xale yu ndaw, bañ daan
njërim yi ndax fi ñu leen tollu; Na ñu ragal Yàlla te seen
kaddu jub.
11- Ñiy tooñ lekk ndono njerim, ñu ngiy dunde safara wuy
lakki seen buttit ba mu raaf.
12- Yàlla dafa leen sant ci séddalé seen alal seniy doom, ngeen
jox doom ju góor ji wallu ñaari doom yu jigéen; su fekkee
ni ay jigeen rekk lañu te ñu ëpp ñaar, danuy am ñaarelu
ndono li; su dee kenn dana am gennwala gi. Baay ag ndayu
ki dee ñoo moom ku ci nekk juroom benneelu ndono li su
fekke mu bàyyi benn doom: Su ci bàyyi wul kenn tey waa
juram donn ko nday ji ñateel la moom; su bayyee mag ag
rakk nday ji juroom benneel lay am; gannaw ñu genne
ndonolale yi ag ceru wattukatu ndonoli. Xamulen kan ci s
eeni waa jur mbaa doom moo leen ëppal njériñ. Lii mooy
yoonu Yàlla dafa xam te xàmmee…

Suraat III
Giiru Imraan
Waccee Medina 200 laaya
Benn – Senn – Menn la – Raax Menn – Raax Yerëm

1– Aliif. Laam, Miim. Yàlla. Amul Yàlla jeneen ju moy
Yàlla, miy dund. te du dee
2– Dafa la yónnée téeré bi denc dëgg gi tey saxal mbind yi ko
jiitu. Lu ko jiitu dafa wàcce Tawreet ag Linjiil ngir teg ci
yoon nit ñi. Dafa wàcce téeré ràññale bi.
3– Ñi dul gëmi samay firnde, mbuggël mu tàng la ñuy mosi.
Yàlla kàttan la te xam na moo fayyoo.
4– Dara lu ne ci Asamaan yi ag ci suuf si, lu ka ump. Moo leen
di def na mu ko neexe ci seen biiri nday. Amul meneen
Yàlla mu dul moom. Dafa kàttanu te xàmmee.
5– Moo yónnee téere bi. Ci laaya yi ko sos yi, am na ci yu di
dëju, ëmb dogal yi; ñooy dejuwaayu téeré bi, yeneen yi ay
misaale lañu.
6– Ñiy taamu njumte ci seeni xol, dañoo topp ci misaale yi
ndax sopp dogoo ag xér ci di werante li ñu wund; wànte
Yàlla doŋŋ moo xam li ñu tekki. Nit ñi mokk ci xamxam,

daañuy wax : nun gëm nanu Téeré bi; li ci nekk yépp ci
Yàlla la jógé. Nit ñi ànd ag xel dañoo jiital xalaat.
7– Boroom bi ! Bul may mukk suniy xol nuy jaadd bàyyi yoon
wu jub wi, ba nga nu ci xase teg ba noppi, sédd nu
yërmënde ndax yaay séddëlekat wu mag wi.
8– Boroom bi ! Daa dajaleji xeetu nit ci bés bi nga xam ni
werante amu ci. Mu wóor ni Yàlla du bàyyi mukk ganaaw
yi mu dig
9– Wedikat yi duñu jëlé mukk ngañaay ndax seen alal mbaa
seeni njaboot ci kanamu Yàlla, loraange lammiñu safara la
ñoo doon.
10– Loolu mooy nattu wi daloon njabootu Firawna ag ñi ko
jiituwoon. Dañu jeeñoon fen sunuy firnde. Yàlla yar leen
ndax seeni bàkkaar, te dafa soxor ciy mbugëlam.
11– Nil ñi gëmmadi ni : Du yàgg ñu dumaleen dajale ci safara.
Ndaw dekkuwaay wu metti!
12– Kéemaan wàcc na tegu ci seeni bët, bi ñaari xare yi dajee.
Wenn wi di xeex ci yoonu Yàlla, weneen wi di wuy
weddikat. Ngeen mel ci seen bët na su ngeen leen ëppoon
ñaari yoon. Yàlla dafay faral ci ndimmële ni ko soob. Dëgg
la, amoon na ci lii, tegtal jëm ci nit ni yewwu.
13– Mbëggéeluy bànneex naka jigéen, doom, amam yuy juug
wurus ag xaalis, fas yu rafet, jur, tool, yooyu yépp danu
niru lu baax ci nit ñi : waaye du ñu lu dul iy bànneex yu dul
wéy ci àddina.Mujjéel wu neex ci wetu Yàlla la nekk
14– Nil : Lan laa mën digël lu ëpp njëriñ ñi ragal Yàlla, lu
mooy tool yu ay dex di nàndal yu ñuy dëkkeji ba fàww,
jigéen ñu sobe mësul laal ag mbégtéefu Yàlla ? Moom
Yàlla day gis ay jaamam. Loolu mooy liy nég ñi naan :
Boroom bi gëmoon nanu baal nu sunuy bakkaar, te musël
nu ci coono safara.
15– Naka ñi muñoon, di niti dëgg, nangu, yéwën tey sarxu
mbaalu Yàlla su jant fenke.
16– Yàlla dogal na seedeel ñooñu ni : Amul keneen kuy Yàlla
ku dul moom, Malaaka yi ag nit ñi am xamxam ag njub
awu, ni : Amul keneen kuy Yàlla ku dul Yàlla boroom
kàttan ag xàmme.

17– Diine ci bëtu Yàlla moo di lislaam. Ñiy topp mbind yi texxalikuwuñu ci seen biir lu moy ba ñu jote xamxam bi, ag ci añaanante. Ki bañ gëm firnde Yàlla yi, dana xami ni mu gaawe ci àtte nit ciy jëfëm.

18– Nil ñiy xëccooji ag yaw : dama doyloo Yàlla doŋŋ man ag ni may topp.

19– Nil ñi jotoon mbind yi ag nit ñi xamul dara ci njang : ndax dangeen di sabablu ci Yàlla doŋŋ ? Su ñu ko defee daañu leen wommat ci yoon wu jub wi. Su ñu ci ame werante yaw santuñu la lu moy yeete. Yàllaa ngiy gis surgaam yi

20– Waxal ñi gëmul firnde Yàlla yi, ñiy bóom seeni Yónnent ag ñi leen di sa ñàkk màndute, yëgal leen mbugël mu saf.

21– Danu neenal ndam la ca seeni jëf ci àddina si ag seneen saa. Duñu am ku leen difi

22– Gisuloo ndax ñi jot ci wàll ci mbind yi, (naka yawud yi) di woote ci Téeré Yàlla bi ngir mu àtte seen ñàkk déggoo; dellu wàll ci ñoom, seeni xel di werante ba ñu dëddu?

23– Dafa fekk ñu wax seen bopp : Safara si duñu laal lu mooy lu néew ciy bés. Seen fen dafa dem ba gumbaloo leen ci seen ngëm.

24– Nan lay demeji, fa ñu leen di dajalè ci bés boobu te werante amu ca, bés booba béppu ruu di jot njëguy jëfam te kenn du loru ?

25– Nil : Boroom bi yaw mi tëyé ci say loxo nguur yi danga leen di jox ku la neex, di leen nañgu ci ku la soob. Ku la neex yëkkati, ku la neex wacce. Li baaxa ngi ci say loxo, ndax ya am mënéel ci lépp lu mu doon.

26– Yaay toppal guddi ci bëccëg ag bëccëg ci guddi. Yaay génné dund ci dee ag dee ci dund. Yaay may dund ku la neex te doo ci wañn doo natt

27– Bu aji gëm yi jël nay faraale weddikat yi di leen wecceeg ñi gëm. Ñi koy def waruñu yaakaar dara ci wàllu Yàlla, xanaa ngeen am lu ngeen di ragal ci wàllu ñooña. Yàlla dafa leen yëgal, ngeen ragal ko : ndax ci moom ngeen di dellu. Ni leen. Na ngeen nëbb li ci seen xol mbaa ngeen feeñal ko ci bëccëgu kàmm, Yàlla dana ko xam; xam na li ci asamaan yi ag li ci suuf si, te dafa mën lépp.

28– Bés ba ruu wu nekk dajee ci kanamam, ag lu baax la mu mësóonna def ag lu bon la mu mësoon def, bés booba, dana bëgg dend wu weesu dayo dox diggantéem, ag iy jëfàm yu bon. Yàlla dafa leen artu ngeen ragal ka, ndax dafa teg bëtu yéene jaamam yi.

29– Ni leen : Su ngeen bëggee Yàlla, toppleen ma; dana leen bëgg, dana leen baal seeni bàkkaar, dafa am mûn am yërmende. Toppleen Yàlla ag yónnentam, waaye su ngeen cee am ñaari xel, xamleen ni Yàlla bëggul weddikat.

30– Yàlla dafa tànn, ci ñit ñepp, Aadama ag Nuux, giru Ibrayma ag Imraan. Njaboot yooyu, jogente ci seen biir. Yàlla xam na te di dégg lépp.

31– Jabaru Imraan dafa ñaan Yàlla ni : Boroom bi, sèdd naa la li mêñn ci sama biir; nangu ko ndax dangay dégg te di gis lépp. Ba mu muccée mu ni Boroom bi indi naa ci àddina doom ju jigéen (Yàlla xamoon na la mu wasin : doom ju góor du doom ju jigénn), tudde naa ko Maryaama; teg naa ko ci sa kiraay, moom ag njabootam ba nga musal leen ci manmani saytaane mi ñu sanniy doj.

32– Boroom bi nangu may li; Mu meññalloo Maryaama doomu garab gu jar wurus. sakkaryaa di toppatoo xale bi; su deme nuyuji Maryama ci puksusam ba, gis ñam ci wetam. Fan la ñam wi di jogé la ko laaj ? Mu tontu ni mi ngiy jógé ci Yàlla, ndax Yàlla dafa dundal ba ñu suur ñi mu bëgg te du leen wañnal iy cér. sakkarya dooree ca ñaan Yàlla : Boroom bi may ma, la ñaan ca kaw, njaboot gu barkeelu, danga sopp di nanguy ñaan. Malaaka ma woo ko fa muy ñaane ci julliwaay wi.

34– Yàllaa ngi lay yëgal juddu Yaxya miy saxali dëggu waxu Yàlla, dana màgg, sell, te di ci ñi gën màndu ci Yónnent yi.

35– Boroom bi fu ma doom jooju di jogé? Ni Zakkarya, mag dab na ma, te sama soxna jaasir. Malaaka ma tontu ni ko : Noonu la Yàlla di defe li ko soob.

36– Zakkaryaa ni : Boroom bi jox ma firnde, naka lu tënk sa diglé. Firnde waa ngii, ni malaaka ma : Lu day na ñatti fan doo wax ag nit, lu moy ciy misaal. Bul noppeeg di tudd turu Yàlla, màggal ko ngoon ag suba.

37– Malaaka yi ni Maryama : Yàlla tànn na la. Dafa la musal ci béppu sobe. Dafa la fal ci jigéeni addina yi yépp

38– Yaw Maryama jébbalul ci sa boroom, jaamu ko, te sëgg ci kanamam yaag ñi koy jaamu

39– Xabaaru kéemtaan yi la ñu lay xamal. Bokkulowoon ci ñooñu bi ñu dee sànni dant yi, kuy toppatoo Marya ama; bokkuloowoon ci ñoom bi ñuy xeccoo Maryaama.

40– Malaaka yi ni Marya ama : Yàlla yëgal na la kàddoom. Dafay tuddi Ndaw li di Isaa doomu Marya ama, ñu tèral ko ci addina jii, ag jale, mu di ci ndeyoo Yàlla yi.

41– Dana wax ag nit ñi, ci mbootoom, te waxabaane dana bokk ci limu ñu jub ñi

42– Boroom bi ! Ni Margana nan laay ame doom ju góor ? Benn nit mësu ma jege. Malaaka mi ni ko : Noonu la Yàlla di sakke li mu bëgg. Dafa naan : Na Ne Mu Ne

43– Dana ko jàngal téeré ag xamxam, Tawréet ag Linjiil. Isaa mooy dooni ndawam ci weti doomi Israyel yi, dana leen ni : dama jëmsi ci yeen ànd ag firndeey Boroom bi : danaa defar ci ban mélinu picc, danaa ko wal, te ci mayu Yàlla, picc mi dana dund; danaa faj juddoo ngumba ag ngaana; dana dekkali ñi deewoon ci mayu Yàlla, danaa leen wax li ngeen lekk ag li ngeen nëbb ci seeni kër. Jëf yooyu yépp ay firnde doŋŋ la ñoo doon, ci yeen su ngeen dee ñu gëm.

44– Dama ñëw ngir saxal Tawréet wi ngeen jot, lu ma jiitu; danaa leen may ngeen mën def ay yëf yu ñu leen terewoon. Dama ñëw ag ay firnde ci seen wattu Boroom.
Ragalleen ko; wéyleen ciy yoonam. Mooy sama Boroom di seen bos. Jaamuleen ko : Mooy yoon wu jub wi

45– Isaa yàggul mu teg bëtam ci weddim yawud yi. Mu laaj : Kan moo may dimmale ci yoonu Yàlla wi? Nuñ ñiy ndaw yi, ñoo di ndimmal yi ci yoonu Yàlla wi. Danu gëm Yàlla, te daa seede ni danu ko nangul.

46– Boroom bi danu gëm ki nga ñu yónnée te danu topp ci gannaaw ndaw li. Bind ñu ci limu niy seede

47– Yawud yi tëral di pexel Isa. Yàlla tëral teg leen yosam; Te Yàlla dafa xereñ

48– Yàlla ni Isaa : Danaa la mbuggëlloo ba nga dee ci, ma yéege la ba ci man; danaa la yewwi jëlé ci weddikat yi, te danaa yëkkati ñi la toppoon ci kaw ñi gëmul, te danaa àtte seen diggante

49– Danaa duma weddikat yi ag mbugël mu metti ci àddina jii ag jee Duñu daj fenn, menn wàll.

50– Ñi gëm te dëkké lu baax Yàlla dana leen jox seen neexal ndax dafa bëggul niy def lu jubul.

51– Lii mooy njàng ag yëglé mu dëppoog xàmme yi ma lay taril

52– Isaa dafa di ci kanamu Yàlla li Adama nekk. Yàlla dafa ko sàkk ci pënd ba noppi ni : Neel mu Ne.

53– Kàddu yii ay dëgg lañu, jógé ci sa Boroom. Wattul di ci am ñaari xel.

54– Nil ñiy werantejeeg yaw ci mbir moomu, bi nga jotee ag tay ci xamxam wu mat sëkk boobu : Ñëwleen ñu woo suñuy doom ag seen yos, ñu dem ñun ag yeen, ñu saraxu suñu Boroom te wootal nattu wu dal ci naafexx yi

55– Li ma leen di waare mooy dëgg ci boppam. Amul Yàlla yu moy Yàlla; dafa kàttanu te xàmmee

56– Su ñuy werante it, Yàlla moom xam na ñi bon.

57– Nil Yawud yi ag ñiy topp Isaa : Yeen ñi jot mbind yi, ñëwleen ñu déggoo : Buleen gëm lu moy Yàlla Menn te bu ñu ko booleeg yeneen boroom yu dul moom. Su ñu ko nanguwul ni leen : yeen a seedeel seen bopp ni ñun, danu nangu ba mu jéex tenku ci dogalu Yàlla

58– Yeen ñi jot Mbind yi, lu waral ba ngeen di werante ci mbiru Ibrayma ? Tawreet ag Linjiil danu leen yónné lu yàgg ci ganaawam. Ndax mënuleen mukk xam loolu?

59– Yeen niy werante mbir yu ñu leen xamal, lu waral ba ngeen di werante mbir yoo xam ni amuleen ci menn xamxam? Yàlla xam na waaye yeen xamuleen.

60– Abraxmenn duwoon Yawud, du woon toppe Isaa, te daawul dendale yeneen mindéef ag Yàlla.

61– Ñi gën dogu ci gëmu Abraxmenn ñooy ñi koy topp. Yónnent bi noonu la koy defe moog ajigëm yi. Yàlla mooy ndifi ñi gëm

62– Wall ci ñi jot ci Mbind yi, danu leen bëgg réerel, waaye seen bopp rekk la ñuy réeréel te yëguñu ko.

63– Yéen ñii jotoon ci Mbind yi lu tax dungeen gëm firnde sunu Boroom ba ngeen leen teewee?

64– Yeen ñi jot ci Mbind yi, lu tax ngeen di solal dëgg mbubum fen ? Lu tax ngeen di ko nëbb yeen ni ko xam.

65– Wàll ci ñi jot Mbind yi, danu ni : gëmleen Tééré bi ñu yónnee ajigëm yi ci suba; tebbileen seen ngëm su ngoonèe; noonu danuñu dëddu seen diine.

66– Buleen gëm lu moy ñiy topp seen diine yeen. Ni leen : Yoonu dëgg wi mooy wu Yàlla wi; dafa tëdd ci endi ñeeneen ñu ñëw bokk ci li nu feeñal, te jëkk leen ko wan. Ndax dañu bëgg xëccontèeg yeen ci kanamu Boroom bi ? Ni leen ngëneel yaa ngi ci loxol Yàlla : Moo koy yox ki ko nèex. Dafa yaatu te xam.

67– Dana may yermëndéem ku ko soob. Mooy joxekat wu mag, wu ngënéel yi.

68– Ci ñi jotoon Mbind yi am na ci ñoo xam ni mën nga leen dénk lu day na talang, ñu delloo la ko mu ni ñumm; am na ci ñoo xam ni dénk leen menn dinaar, duñu la ko delloo su dul nga wañaaru caag ñoom.

69– Danuy jëfé noonu ndax naan : Ameeluñu ñun dara niti xeet woowu (ñàkk jàng, naka Araab yi), danu ko tay di sol iy fen ca gémmiñu Yàlla

70– Ki def warigaram te ragal Yàlla, dana xam ni Yàlla sopp na ñi ko ragal.

71– Ñi nga xam ni danuy jënde séen diggante ag Yàlla ag séeen kàddu lu amul benn solo, ñooñu duñu am cër ci dundu ëllëg ba. Yàlla du leen siide wax menn kàddu, du leen teg lu day nii ci bët; ca bésu dekki ba, du far seeni bakkaar; mbuggël mu tar la ñu leen sédd.

72– Ñenn ci ñoom dañoo metitloo ag seeni làmmiñ Mbind yi ngir di la jéem nanguloo ni li ñoo wax mi ngi ci, ci lu wer. Déedéed loolu bokkul ci Mbind yi. Danu naan : Lii ci Yàlla la joge. Déedéed loolu mësul jógé ci Yàlla. Dañoo jalal Yàlla ay fen, te mu wóor leen.

73– Ndax yello na, nit ki Yàlla jox téeré xàmme wi ag mayu Yónnént, mu naan nit ni : Nekkleen samay jaam? Déedéed; nekkleen jaamu Yàlla ba ngèen xàme ni dangeen daan jàng ndigëlu yoonu téeré bi, te di gëstu lu mu tekki.

74– Yàlla santu leen ngeen jaamu malaaka yi ag Yónnent yi. Ndax dafa leen santkoon ngeen bañ gëm gannaaw ba ngeen dogoo tegoo ndogalu Yàlla?

75– Bi Yàlla nangoo diggalantéem ag Yónnent yi, dafa leen ni : Téeré baa ngi ag xamxam wi ma leen jox. Ab Yonnent dana feeñ bés, saxal li ngeen di nangu. Gëmleen ko, té dimmële ko ag seen béppu kàttan. Ndax bëgg ngeen te nangu suñu digaale ci noonu ? Ñu tontu : Nangu nañu. Konnag seedeleen ni Boroom bi, dana seedeji loolu ci seen teewaay.

76– Képp ku xam ni, gannaaw nangu woowu, day wuti na mu ca rëcce, dana bokk ci limu workat yi.

77– Ndax danu bëgg diine, jéneen mba Yàlla jeneen fu lépp lu ne ci Asamaan yi ag suuf si, dee aw ciy yoonam, ñu bëgg ko, ñu bañ ko; te lépp war bes dellu ca moom?

78– Nil : Danu gëm Yàlla, gëm ki mu ñu yónnée, gëm li mu feeñal : Ibraima, Ismayla, Yanxooba ag fukki giir yi ag ñaar; danu gëm téeré yu sell yi, Maisa, Isa ag Yónnént yi jógé ci Asamaan; dugaluñu menn rañnee ci seen biir, danu sukk ci li di dogalu Yàlla.

79– Képp ku bëgg meneen njaamu, mu dul nangu lislaamu Yàlla, njaamu moomu moom du ko nangu, te kooku dana bokk ci àddina jeneen ji ci limu ñiy toskare.

80– Nan la Yàlla di tege ci yoon wu jub wi ni nga xam ni danu jëkk nangu seede dëgg gi, jëkk teewe kiimtaan yi, te dellusi ci weddi? Yàlla du wommat workat yi.

81– Seen neexal moy rëbbum Yàlla, mu malaaka yi ag mu ñit ni ñépp.

82– Dafa leen di muur ba fàww. Seen mbuggël du wàññikuji mukk te Yàlla du leen teg lii ci bët

83– Du deme noonu nag ag niy dellusi ci seen Boroom balu te jiital màndute. Dafa fekk ni Yàlla laabiir la ag yermënde.

84– Ñiy dellu di weddi gannaw ba ñu gëmee ba noppi, te jógé ca, duñu def lu moy yaatal seen ngëmadi, ñooñu duñu balu nu di ko nangu, te ci réer la ñuy dëkk

85– Ñi doon weddi ba dee ci weddi, wurus wi suuf si mën denc wépp, mënu leen jotu ag musël ci mbugël mu metti ma. Duñu am ku leen taxawu.

86– Du ngeen jot ci mbaaxu mbaax yi soobeeg du dangeen sarxe ci li ngeen gën naw. Te lépp lu ngeen joxe Yàlla dana ko xam.

87– Béppu ñam yoon lawoon ci doomi Israyel, ba mu des wi Yanxoba tere boppam lu jiitu Tawreet yekksi. Ni leen : Endileen Tawreet te jang su ngèen dee niti dëgg.

88– Képp kuy tëgg iy fen jëmale ci Yàlla, ci limu ñàkk ngëm yi nga bokk.

89– Nileen Yàlla du wax lu moy dëgg. Toppleen koon diine Ibrayma mi amoon ngëm te daawul dendale Yàlla ag yeneeni mindeef.

90– Jaamuwaay wi nit jëkk samp, mooy wu Màkka, ñaanuwaay wu barkeel di xibla (maanaam jemu gindiwaayu) addina.

91– Daangèen fa gis ndesiti kiimtaan yu wér. Foofu la teeruwaayu Abraymenn nekk. Képp ku dugg ci biir mucc méppum musibë. Aji fa warèe la ci wàllu Yàlla ci képp ku ko mën def.

92– Naka weddikat yi ñoom seen yoon? Yàlla mën na dëddu àddina si yépp

93– Nil ñi jot ci Mbind yi : lu tax ngèen bañ gëm firnde Yàlla yi ? Dafa teewe seeni jëf

94– Ni leen : Yeen ñi jot ci Mbind yi, lu tax ba ngeen di féléxé ñi gëm ci yoonu Yàlla wi ? Dangeen ko bëgg dëngal te moona xam ngeen ko. Waaye Yàlla du toog seetaan seeni jëf.

95– Yeen ajigëm yi! Su ngeen de deglu ñi jot Mbind yi, am na ci ñu leen di wëlbatiji ci weddi.

96– Waaye nan ngeen mëné dellu di weddi fu ñu leen tarile firnde Yàlla yi, fu Yónnentam bi teewe ci seen biir. Ki tënku bu dëgër ci Yàlla kooku danañu ko joo ci yoon wu jub wi.

97– Yeen ajigëm yi ! Ragalleen Yàlla ni mu yello nu ragal ko, te buleen génn addina feek nangooguleen aw ciy dogalam

98– Takkuleen bu dëgër ci Yàlla te bu leen texxaliku ag moom ba fàww; te ngeen bàyyi xel ciy mayam ndax ba mu fakkee ngeen diy noon dafa dajale seeni xol, ngeen dellu ci lu juddoo ciy mbaaxam nekk xeetu ay geño

99– Dangeen taxaw ci tefesu kambu safara mu jëlé leen ci. Noonu la leen di feeñale iy kimtaanaam ba ngeen am gindikat,

100– Ndax ngeen mën di xeet wuy woo yeneeni xeet yi ci li baax, di santaane jëf ji baax di tere jëf ji bon. Nit ñiy doxale noonu ñuy bégi la ñuy doon.

101– Buleen mel na ñooñu jëkké seede firnde yu wér yi, dellu tas sàkk ay ngàngóor; ndax ñooñu danañu mosi mbugël mu saf

102– Bésu dekki ba, dana am kanam yu leer, ag kanam yu lëndëm. Yàlla dana wax nii : Ndax dungeen ñooñu gëmoon dellu weddi ? Demleen mos mbugël miy cëru seen weddi.

103– Ñee seen kanam leer dañoo banneexoji yërmëndé Yàlla di ca dund ba faww.

104– Firnde Yàlla yaa ngoogu, ñu di la leen taril ci dëgg dorn ndax Yàlla yéenéwul addina menn musibë.

105– Moo moom lepp lu nekk ci Asamaan yi ag ci suuf si, te ci moom la lèpp di dellu.

106– Yéen dangeen di xeet, wi gën, wu mësa feeñ ci nit; dangèen di diglé li baax, di tere li bon, te dangeen gëm Yàlla. Su fekkoon ni jotoon Mbind yi, bëgg gëm, loolu du soppi lu moy di seen njërin, waaye ci ñoom am na ci ñu gëm fu ñi ci ëpp dee workat.

107– Mênuñu leen lor lu moy ci mbir yu ñàkk solo. Su ñu nare xeex ag yeen du yàgg ñu dëpp wan leen seeni doxx te kenn du leen wallu.

108– Fu ñu taxaw toroxte law ci seeni bopp naka berkele, su ñu wutul paraale ci wetu Yàlla walla ci wallu nit ni. Danañu yewwi merum Yàlla te toskare dana firiwaat na aw berkele, tiim seeni bopp. Loolu mooy njëgu li ñu bañ gëm firnde Yàlla yi, te daan ray seeni Yónnént ci lu dul yoon; mooy doon njëgu seen fippu ag seen ñàkk màndu.

109– Ñi jot ñepp Mbind yi niroowuñu. Am na ci ñu seen xol jub; danuy fanaan guddi yu mat sëkk di tari firnde Yàlla yi, di ko jaamu

110– Danu gëm Yàlla ag bés bu mujj ba, dañoo santaane lu baax, di tere lu bon, danu farlu ci def jëf yi baax te danu maandu

111– Lu baax li ñu def, du far ndax Yàlla dafa xam ñi ko ragal.

112– Weddikat yi, seeni amam ag njaboot duñu leen amal menn njërin ci kanamu Yàlla, danu leen di jébbal Safara ñu dëkk fa ba fàww.

113– Sarax yi ñu def ci àddina sii, danu mel na ngelaw lu sedd luy wall ci mbayuwaayu ñu jubadi ñi.

114– Yeen ajigëm yi ! Buleen doxal digaale mu xóot lu moy ci seeni biir; weddikat duñu ñàkk yàxx leen : danu yéenée, ngeen sanku seen mbànneex day sénn ci seeni kàddu; waaye li seen xol ëmb moo yéesati. Jot nanu leen wan ci ay firnde yu leer su fekke ni mën ngeen xàmmee.

115– Dangeen leen bëgg, te ñoom bëgguñu leen. Dangeen gëm téeré bi yépp; bu ñu dajeeg yeen naan : gëmoon nanu waaye ngéejoo ñu dëddu leen, nga gis ñu ngay takk ndax mer, di matt seen baaraam. Ni leen : ngeen dee ci seen xol bu tàng, Yàlla xam na li nekk ci seen biiri xol.

116– Lu baax li ngeen xéewaloo dafa leen def jàngoro. Na leen nattu dal yeen, ñoom nu daldi fonki ndax mbégté; waaye su ngeen andee ag seen sago ag ragal Yàlla, seeni pexe mënuñu leen yàxxal, ndax Yàlla dafa ëmb ci xamxamam seen béppu jëf.

117– Fattalikul bés ba nga génnée sa kër ci suba, dogu ci defaral ñi gëm xarewaay ngir xeex, te Yàlla doon déglu te xamoon lépp.

118– Fattalikul bés ba ñaari ngàngóor yu bokk ci say xare dee waaja daw te Yàlla di seen taxawu. Na ñi gëm teg boog seen kóolute ci Yàlla.

119– Yàlla nemmeeku na leen ci bésu Badar, ba seen mbootaay gënée tuuti. Ragalleen koon Yàlla, te ngeen sant ko ci jëfiy mbaax.

120– Danga doon wax ñi gëm : Ndax dafa leen doyul li la Yàlla yónnée ñatti junneey malaaka naka wàll ?

121– Lim wu ni day doy na sëkk; waaye su ngeen àndee ag dogu, su ngeen ragalee Yàlla te noon yi tëb bette dal ci seen kaw, dana sànni ci jaww ji ñu wallusi leen, fukki junneey malaaka yu gànnaayu.

122– Yàlla moo leen koy yëgal ba tàbbal ci seeni xol kiiraay ag kóolute ndax ndam li ci Yàlla la jógé, moom doŋŋ mi am kàttan ag xàmmee. Mënees na tasaare naka ay fellit weddikat yi, daaneel leen ñu jullóotu

123– Yàlla baal leen, mba mu duma leen, seen nattu sa yoon nekku ci. Ay mbañ diine lañu.

124– Yàllaa moom lépp lu nekk ci Asamaan yi ag ci suuf si, day baal ki ko soob, duma ki ko neex. Dafa laabiir, te am yërmënde

125– Yeen ni gëm! Buleen dugg ci ribaax, ba di ko teg ñaari yoon ag ñaari yoonati. Ragalleen seen Boroom jële ci mbégte.

126– Ragalleen Safara si ñu defaral weddikat yi; déggalleen Yàlla ag Yónnent, ba mën jot ci yërmende Yàlla.

127– Jéemleen yelloo laabiru Boroom bi ag am àjjana mu yaatu na Asamaan yi ag Suuf si, te ñu dencal ko ni ragal Yàlla,

128– Ag ñiy sarxe ca ba ñu amee ag ba ñu ñàkkee, mën tënk seenu mer, baal nit ña leen tooñ. Ci lu wér, Yàlla dafa sopp niy def lu baax.

129– Ñi nga xam ni, gannaw ba nu defee lu mànduwul mbaa lu jubul, seen xel dafa dem ci Boroom bi, ñu balu ko seeni bàkkaar (ndax kan ku dul Yàlla moo mën baale ?) te ñu bañ dëkké bakkaar yooyu ñu nangu ni defoon nañu leen,

130– Nooñu ñépp, daanu yëgi laabiru seen Boroom, dëkk ba fàww ci ngancaxuwaay, yu ndox yuy wal di nandal. Dafa rafet neexalu nit ku màndu!

131– Lu leen jiitu am na mbugël yu ñu teg ni soxor. Wërleen àddina teg seen bët mujju ñi jàppe naxekat yónnentu Yàlla yi.

132– Téeré bi, wax la ju ñu wax nit ñi; dafa di luy gindi ag yee ñi ragal.

133– Buleen toxxi, buleen bàyyeeku, daangeen daan su fekkee ni dangeen gëm

134– Su leen gaañu gaañu dalee ! waw! ndax danu mësul dal ñeneen ñu bari ? Dañoo tegale ndaanu ag ndaan ci nit ni ba Yàlla xàmmee ñi gëm, tànn ci yeen iy seedeem (dafa sib ni soxor).

135– Ngir natt ñi gëm tasaare ñi weddi

136– Dangeen yaakaar tàbbi Ájjana lu jiitu Yàlla, xam ñan ci yeen ñoo xeex nân ci yéen ño tëllu toxxi ?

137– Dangeen bëgg dee yegsi lu jiitu mu teew, ngeen gis ko, sóoru ko, yoxxi.

138– Muxammad du lu moy ndaw. Am na yeneen ndaw yu ko jiitu. Ndax su réeróon walla ñu ray ko, dangeen dellukoon ci seeni njumte ya ? Seen tubbi mënul wàññi dara Yàlla te du neexal lu moy niy delloo njukkël jëfi mbaax.

139– Nit du faatu lu moy ci ndigëlu Yàlla ci li téeré bi tëral ci àppu (dundam). Ki bëgg neexalu addina si, daañu ko ko may; daañu it mayi wu weneen addina wa, ki kay soxloji, te daañu neexal ni am kóllëre.

140– Ñaata Yónnent ñoo xeex xare yu rëy te yebbiwuñu ndax ñàkk taxawu wu ñu yëg ci bi ñuy xeex ci xallu Yàlla wi ? Toxxiwuñu, ñaawuñu ndax ragal. Yàlla dafa sopp ni dëgër.

141– Dañu doyloo naan : Boroom bi baal ñu suniy bàkkaar ñàkk topp ndigël yi ñu jot ba tooñ fekk ñu ca, takkal suñu fit, te may ñu wàll ci weddikat yi. Yàlla may leen neexalu àddina ag cér wu rafet ci àddina seneen si, ndax Yàlla dafa sopp niy def lu baax.

142– Yeen ñi gëm! Su ngeen mayee nopp weddikat yi, daañu leen delloosi ci seeniy njuumte ba ñu walbati leen duma.

143– Yàlla mooy seen kiiraay. Kan ku ko moy, moo leen gën mën wallu

144– Daañu tàbbal tiitànge ci xolu weddikat yi, ndax danuy dendale Yàlla ag iy tuur fu leen ko Yàlla mayul ñu mën ko; Safara mooy dooni seen dëkkuwaay. Aka naxxadi dëkkuwaayu ñi bañ diine!

145– Yàlla matal na ba mu sotti yi mu digle. Ca ba ngeen rëjëxée ci mayam, seeniy noon; waaye seen fit dafa yoxxi ngeen jógé ca di werante ndigëlal Yónnént; dangeen leen tebbi gannaaw ba mu tegee ci seen bët, mbir mi ngeen doon ñaan

146– Wàll ci yeen, danu doon yóotu mayi àddina sii, wall weneen wa di xëccu wu àddina wiy ñëw. Yàlla xiirtal leen ci ŋalli daw ci seen kanami noon, ngir seetlu leen, waaye dafa leen baal gannaaw gi ndax dafa fees ag mbaax ci ñi gëm.

147– Fa ngeen faboo di ŋalli, ku ne jëm sa wet te déggëlootuleen woon waxu kenn, Yónnént bi di leen woo ci xare. Yàlla dafa leen mosal coono, ci kaw coono ba ngeen bañati am réccu, ndax alalu xare wi leen rëcc ag nattu wi leen dal. Yàlla dafa di ku yewwu ci lépp ci seeni jëf.

148– Gannaw walbati woowu, Yàlla wacce kiiraay ag nelaw ci wàll ci yeen. Xol yiy bax tabbal ci ñeneen ni xalaat yu ñàkk solo ci wallu Yàlla, ay xalaatu ñàkk xam. Lu ñuy jële ci mbir mii? La ñu laaj.Tontuleen : Mbir mi yépp ci loxol Yàlla la nekk. Dañu doon nëbb ci seen biir ruu, lu ñu la birelulwoon. Dañu doon wax : Su fekkoon ñu mënkoon jëlé luy njërin ci mbir mi, koon duñuñuwoon dume ci file. Ni leen : na fekkoon ngeen des ci seeni biiri kër, ni seen dee di lu ñu bindoon ci kaw, ñooñu danu ñëwkoon it daanu ci menn béréb mi; noonu, ba Boroom bi daj li ngeen nëbb ci seen biir, leeral li nekkoon ci seen xol. Yàlla dafa xam li xol yi ëmb.

149– Ñi rocceeku ci bésu daje ñaari xare ya saytane dafa leen nax, yare leen ko ndax bàkkar yu ñu mës def. Yàlla dafa leen baal ndax dafa laabiir am yërmënde.

150– Yeen ni gëm buleen niru weddikat yiy wax seeni bokk waajur bu ñooñu dee tukki ci réew mi walla ñuy dem ci xare : Su ñu desoon ag ñun raykontewuñu leen. Yàlla moo bëggoon li leen dal, tabbal ci seeni xol yi réccu mu wex xàtt. Yàlla mooy teg dund di teg dee, te mi ngi teg bët ci seeni jëf.

151– Su ngeen faatoo walla su ñu leen rayee ngeen di xeex ci xàllu Yàlla wi, laabiir ag yërmënde Yàlla ma nga leen di neg. Loolu moo gën amam yi ngeen di jal.

152– Ngeen faatu walla ñu ray leen, Yàlla dana leen dajaleji bés bu mujj ba.

153– Nataalal nga leen yërmënde Yàlla mu sedd, yomb, yaw Muxammad ! Su gënoon teeŋal, gën diis, danu doon texxalikoo ag yaw. Amal kon seen yërmende; ñaanal Yàlla mu baal leen;uballeen seeni bët ci seeni mbir te sooy sumb dara defal sa kóoluté ci Yàlla ndax dafa sopp ñi am kóolute ci moom.

154– Su Yàlla nëwee wàllusi ñu kan moo leen mën daan? Su leen bàyyee kan moo leen mën wàllu? Ci Yàlla doŋŋ la ñi gëm teg seen kóoluté.

155– Du yónnent bi moo leen di nax. Kiy naxe day teewi ag fenam bésu dekki ba. Foofu beppub ruu dana jot njëgi ay jëfam, te du kenn ku ñuy àtte nu jaaduwul.

157– Ndax dangeen yaakaar ni ki daan topp dogali Yàlla, dana ñu ko àttee na ki yelloo merum Yàlla, te dekkuwaayam di Safara ? Du yoon wu yées yoon woowu.

158– Daañu féeteyoo tepp yu wuute ci wetu Yàlla. Day gis seeni jëf

158– Yàlla jot na tasaare mbaaxam ci ni gëm, fa mu yonnee ci seen biir ndaw, mu taril leen firnde yi, sellal leen, jangal leen ci téeré al Xuraan bi ag ci xamxam bi, ñoom ñi ca jamano, dëkkoon ci réer gu wér.

159– Bu leen nattu jëkkee dal (te dangeen mosaloon lu ka jiitu seeni noon nattu wu ëpp ñaariyoon seen nattu) dangeen ni : Fu ñu toskare wi jógé ? Tontuleen ci yeen ci seen bopp. Yàlla dafa kàttanu.

160– Nattu yi ngeen yëg bés bi ñaari xare yi dajee dafa jógé ci puugëre Yàlla ba mu mën ràññee ni gëm ag ñiy naafexx. Bi ñu leen nee : Bësleen, xeexleen ci xàllu Yàlla wi, walbetileen noon yi, danu tontu : Su nu xamoon na noo xeexe, toppkoon nañu leen. Bes booba weddi la ñu gënoon jage ngëm.

161– Danu jiital ci seen làmmiñ lu nekkul woon ci seeni xol. Waaye Yàlla xam na li ñuy nëbb

162– Ñi toog ci seeni kër di wax ! Su nu sunuy bokkwaajur déggaloon raykoonn ñu leen tontul : Nëbbuleen boog fu leen dee dul fekk su ngeen dee waxkati dëgg.

163– Buleen yaakaar ni ñi daanu bi ñoo xeex ci xallu Yàlla wi, danu dee; ñu ngiy dund ci wetu Yàlla di jot ci moom seeni dund

164– Fees dell ag mbégte, ndax may yi leen Yàlla xéewale, ñu ngiy bég ci li niy dox ci seeni tànk di jëf, te jottaguñu leen di ameji kiraay ciy tiitànge ag coono

165– Danu bég ndax xéewëli Yàlla ag mbaaxam ag li mu dul seetaan neexalu ñi gëm di far

166– Ñi nga xam ni gannaaw ba ñu leen walbatee (ca Oxod) ñoo ngiy topp Yàlla ag Yónnent, di def lu baax, di ragal Boroom bi, ñooñu daañu jot ci neexal bu xumb

167– Ñi nga xam ni, bu ñu leen nee noon yaa ngiy dajaloo ag war nañu leen ragal, duñu lu dul yokk seen ngëm te naan : Yàlla doy nanu te kiraay la lu wér,

168– Ñooñu dañoo dellusi diis gann ag mbaaxi Yàlla yi; menn musiba du leen dal; danu topp dogalu Yàlla mi mbaaxam dul jéex.

169– Bare na fu saytaane dee tiital àndandoom yii, buleen ko ragal mukk, waaye ragalleen ma su ngeen dee ñu gëm

170– Na ñiy buuxxante yàkkamti weddi bañ sonnal seen bopp, Yàlla dana leen xañ béppu cér, ci dundu ëllëg, mbugël mu tar mi doŋŋ lañu leen dencal.

171– Ñiy jënde wor njëgu seen ngëm mënuñu yàxxal dara Yàlla. Mbugël mu metti moo leen di nég.

172– Bu ni gëm jàppe mbégte, dund gu yàgg, suñu yokkee seeni bés, dafa fekk ñu bëgg nu wàññi seeni ñàkk màndute. Coono toroxte moo leen di nég.

173– Yàlla du bàyyi ñi gëm ci nekkin wi ngeen nekk, waaye day texxaleji li baax ag li bon.

174– Yàlla du leen xamal kéemtaan yi. Dafay tànn ndaw yi ko neex dénk leen yooyu. Gëmal Yàlla ag ñi mu yónni; Su ngeen gëmee, su ngèen ragalee daa ngeen daj ci neexalu ku tabe.

175– Bussu ni nay ci xeewal yi leen Yàlla sédd, yaakaar ni danañu ci jëlé lu am njërin. Déedéed may yooyu du mujje lu moy sànk leen.

176– Yi tax ba ñu nay danu leen di yeewi ci seen baat bésu dékki ba. Ndonol Asamaan yi ag Suuf si, Yàllaa ko moom; te xam na seeni jëf yépp

177– Dégg na baatu ni wax ni : Yàlla dafa ndóol te ñoom ñu am alal. Daañu bàyyi xel ci seen wax ag ci derati yónnent yi ñu boom ci lu dul yoon te daañu leen waxi : tegooleen mbugëlu Safara

178– Naka njëgu li seen loxo def, ndax Yàlla du tooñ jaamam yi.

179– Ñiy wax : Yàlla may nanu ñu bañ gëm ab Yónnent sobeeg du dafa def sarax su safaras Asamaan lekk

180– Tontul : Amoon ngeen iy yonnent yu ma jiitu yu wane ay kiimtaan, ba ci bi ngeen di wax. Lu tax ba ngeen ray leen? Waxleen su ngeen dee nitu dëgg. Su ñu la jeeñe laxekat, ndaw yi ñu yónni lu ko jiitu danu leen def noonu ñoom itam na fekk nu wanewoon iy kimaan, endi teere yi ag Tééré biy leeral

181– Béppu ruu dana mosi dee. Daangeen jot seen neexal bésu dekki ba. Ki moytu safara ba dugg Ájjana, kooku dana di ajibég, ndax dundu fii ci suuf, du lu moy bànneexu naxe

182– Daañu leen nattu ci seen alal ci seeni nit. Daangeen dégg saaga ci ñi jot Mbind yi ag xérëmkat yi; waaye muñleen te ragal Yàlla; mbir yooyu yépp a ngi ci dogal yi tëdd ba faww.

183– Yàlla dafa déggóowoon ag yawud yi, ñu war leeral nit ñi Tawreet te duñu ko nëbb. Ñu sanni ko ci seen gannaw mbagg, jaay ko njëg gu yées. Njaay mi ñu ko jëndee ka yées!

184– Buleen yaakaar ni niy bég ci seeni jëf, walla ñu bëgg ngërëm, ci li ñu deful, danu mucc ciy mbugël. Mbugël mu tar moo leen di nég.

185– Nguuri Asamaan yi ag suuf si, Yàlla moo leen moom; dafa am ndogal ci béppu mbir.

186– Ci sakk Asamaan yi ag Suuf si, ci toppante guddi yi ag bëccëg yi, am na, ci lu wér, ay tegtal ci nit ñi ànd ag xel,

187– Te taxaw, toog, tëdd, di xalaat Yàlla, tey xóotal ci seen xel, ni ñu sàkke Asamaan yi ag Suuf si.

188– Boroom bi, ñu ni, sakkuloo lii lépp ndax neen. Ña am ñari xel wu ni mel, sore sa maggaay. Musal nu coono Safara.

189– Boroom bi, ki ngay jóo ci Safara toroxte la mbubboo. Workat yi duñu am benn wàll.

190– Boroom bi danu dégg, nit ki doon woote; dafa nu doon woo ci ngëm tey kaddoom di dal : Gëmleen Yàlla, té nu gëm it.

191– Boroom bi baal nu sunuy njumte, far suñuy bàkkaar te may nu ñu dee ci yóoni ni njuli.

192– Boroom bi may nu li nga digle, ci kàddu say ndaw, te bul ñu sonnal bésu dekki ba, ba nga xame ni doo tebbi say diglé

193– Yàlla nangul leen te ni leen : Amul jenn jëf ju kenn ci yeen, nay góor nay jigeen, juy réeri; jigéen ni danu cosaanoo ci góor ni

194– Danaa far bàkkaari ñiy gàddaayi walla ñu dàxx leen génné séeni réew, ñiy sonni ci sama xàll, niy xeexi ba daanu, danaa leen tàbbal ci gañcaxuwaay yi ay dex di wal.

195– Loolu mooy neexalu Yàlla; te ci lu wér Yàlla am na neexal yu xumb.

196– Bu la naatange weddikat (yi ci Makka) gëlëmal. Bànneex la bu gàtt. Seeni dëkkuwaay daañu lakk. Cëy bii bërëbu noflaay wu toskare. Waaye ñi ragal Boroom bi, dañoo dëkké gañcaxuwaay yu duusi ndox nandal; danañu fa toog ba fàww. Dañoo nekk gani Yàlla; te lépp lu jógé ci Yàlla, gën ci ñi jub.

197– Ci Yawud yi ag waa Isaa yi am na ci ñu gëm, Yàlla ag téeré yi ñu leen yonnee yeen ag ñoom, ñuy toroxlu ci kanamu Yàlla te duñu jaay iy firndéem ci njëg yu yées

198– Daañu fekk seen neexal, ci wetu Yàlla, mi gaaw ci leeral warugari digaale

199– Yeen ni gëm! Ándleen ag muñ; xeexleen ag muñ, ànd ùoo yéen ñii ag yeen ñee, andleen ag dogu, ragalleen Yàlla. Daangeen bégi, xeyna.

Suraat II
Wëllu wi
Wacce Medina – 286 laaya
Benn – Senn – Menn – Raax menn – Raax Yerëm

1– A. L. M. Téeré baa ngii, bi amul werante; mooy jëmu ni ragal suñu Boroom;

2– Ñi gëm mbir yi làxxu, niy toop di julli ni mu ware, te yéwén ci alal yi ma leen di jox,

3– Ñi gëm feeñu wi nu la cérale, yaw ag ñi la jiitu, ñi gëm te dogu ci dundu ëllëg,

4– Ñoom doŋŋ la seen Boroom di wommat, ñoom doŋŋ ñooy bégi.

5– Weddikat yi, seen yoon ci nga yee leen walla déed; duñu gëmi

6– Yàlla dafa teg xaatim ci seen xolag seeni nopp; seen bét danu ci muur sor takk ; mbugël mu metti di leen nég.

7– Am na ay nit, ñu naan gëm nanu Yàlla ag Bes bu mujj ba, te moontin, bokkuñu ci limu aji ngëm yi

8– Dañoo jéem nax Yàlla ag ñi gëm, waaye duñu nax ku dul seen bopp, waaye xamuñu ko.

9– Laago, moo dëju ci seeni xol, te Yàlla du def lu moy di ko lawal,mbugël yu tar lanu leen dencal ndax danu jeeñ Yonnent yi fenkat.

10– Bu nu leen nee : Buleen tas addina, ñu tontu : Weesunanu loolu, jàmm rekk la nu ciy meññal.

11– Dañoo def iy toj toj waaye xamuñu ko

12– Bu nu leen nee, gëmleen na ni ñeneen ni di gëmé, ñu tontu; Ndax danu war gëme na ñu nàkk bopp ñi di gëmé te ndax du ñoom ñoo ñàkk bopp ? Waaye duñu ko yëg.

13– Suñu dajee ag jullit naan : ñoo bokk li ñu gëm; waaye fu ñu soree ba booloog ñi leen di xirtal, dellu naan yeen la nu àndal te ñee dañ ñoo reeloo rékk.

14– Yàlla dana leen reetaan, dana leen yàgg joonj, ñuy fippu di wëndaalu fii ag faa.

15– Ñoom ñoo jënd njumte; ag xaalisu dëgg, waaye seen njënd jëriñu leen; kenn wommatatu leen ci yoon wu jub wi.

16– Dañoo niroog, ki taal taal bi, ba taal bi leeral nañn këfin yi ko wër, te Yàlla ni ca tonñet bàyyi nit ñi ci lëndëm kuruus; dootuñu gis.

17– Tëx, muuma, gumba, menëtuñu dellu ci seeni tank

18– Dañoo niru ñooñu tiittange sukraat di jàpp, fu niir wu rëy ñuul kukk ànd ag dënu ag melax, xottee ci kaw Asamaan yi; ñu daldi tabbi ci tiitàng sukraat, tëj seeni nopp ag seeni baaraam, ndax yëngu dënu wi, fekk Boroom bi wër dombo weddikat yi ci wet gu nekk.

19– Tuutee tere, doju dënu romb fëxx seeni bët, bu melax wi nee ràyy ñuy dox ànd ag leeraay gi; su leen sottee lëndëm ñu taxaw. Su neexoon Yàlla mu tàggale leen ag gis ag dégg, ndax mën na lépp. Yéen nit ni! jaamu leen seen Boroom bi leen sàkk yeen ag ni leen jiitu. Ragalleen ma.

20– Yàlla moo leen jox suuf si ñu lal, yëkkati puju asamaan yi na mbaar ; Moo wàcce ndox ciy asamaan di ci meññal doomi garab yi leen di dundal. Bu leen wutal iy àndadoo Yàlla. xam ngeen ko.

21– Su fekke ni dangeen.am werante ci Téeré bi ma yóoné sama surga, defleen boog menn saar mu niroog yi mu ëmb

te ngeen woo su ngeen maandoo seede yi ngeen di tudd ci
wetu Yàlla.
22– Waaye su ngeen ko deful, te mu wóor ni du ngeen ka defi,
wattuleen safara wi ñu taalal weddikat yi; safara si nit ñi ag
doj yi di dundali.
23– Yëgalal ni gëm, te di def lu baax , ni daañu ami naka
dëkkuwaay, tool yu ndox yuy wal di dundal . Fu ñu jotee
doomi garab ci toll yooyu, ni : doomi garab yi nu daan
dundee ngii, fekk ñu niróog yooya doŋŋ. Foofu daañu fa
fekk, jigéen ñu mucc ayib, ñu dëkk fa ba fàww.
24– Yàlla amul kersa ci maye ci misaal weñ wu ndaw walla lëf
lu ko ëpp maana. Ñi gëm xam nañu ni dëgg mooy bawo ci
seen Boroom, jëmsi ci ñoom waaye weddikat yi ñoo naan :
Lan la Yàlla doon wax ci misaale wi mu ñu tegal ? Ci tegtal
yu ni mel, day réeral ñii, gindi ñêe. Déedeed du am moykat
lu dul ci ñi bon.
25– Ñi bon, ñiy tebbi li doxoon seen diggante ag seen Boroom
lu jëkkoon, niy texxale li Yàlla santaane woon ñu bàyyi
leen ña nu ànde def benn, ñiy tas àddina , ñooñu ñoo
toskaré.
26– Na ngeen mëne ñàkk kóllëre ag Yàlla, yéen ni deewoon mu
dekkali leen, di leen delloojiwaat, di leen dekkaliwaat,
ngeen di teewaat bés ci kanamam ?
27– Moo leen sàkkal lépp lu ne ci kaw Suuf; loolu sotti mu
yéeg jëm Asamaan bind fa juróom ñaari asamaan, moom
mi xam lu mu.
28– Bi Yàlla nee malaaka yi damay sàkki ku ma taxawu ci suuf,
malaayika yi tontu: Ndax danga fas yéené samp mindeef
muy tàbbal yàxx, te di tuur derat fu ñu nekke ñun di màggal
say ngënéel te duñu noppeeg di la sellal ? Boroom bi ni
xam naa li ngeen xamul
29– Yàlla dafa jangal Aadama turi mindaafoon yi yépp, ba mu
ca noppee, mu andi leen ci kanami malaayika yi ni leen :
tuddleen leen su ngeen maandoo.
30– Na ñu màggal sa tur wi ni malaaka yi, xamuñu weneen
xamxam wu moy wi nga nu jangal, yaw danga xam, danga
xàmme.

31– Yàlla ni Aadama : jàngal leen turi mindaafoon yépp; ba mu ko defe ba noppi, Boroom bi ni ndax dama leen niwulwoon xam naa li laxxu ci asamaan yi ag suuf, li ngeen di def ci biti ag li ngeen di nëbb ?

32– Bi ñu santee malaaka yi ñu sujuutal Aadama, danu ko jaamu ñoom ñepp ba mu des Ibliis . Moom dafa bañ, di fonkaliku, dafa bokk ci ni fecci kóllere

33– Nu ni Aadama, dëkkal ci tool bi ag sa jabar, ngeen dund ba suur ci doomi garabam yi ag fu ñu féeté, waaye buleen jage gii garab ba di fi moy.

34– Saytaane barastikuloo seeni tànk, ba nu génné leen fa ñu nekkoon. Nu ni leen wàccleen jógé ci bérëb bii; noononte ci seen diggante yeen ñii ag ñee, Suuf dana doon seen dëkkuwaay ag seen moomeel

35– Aadama jànge ci boroomam ñaan yu ñuy wax; Yàlla nangu tuubeelam; dafa sopp di dellusi ci nit kiy balu; dafa am yërmënde.

36– Nu ni leen : jógéleen Ájjana yeen ñepp, ci ni ngeen day; Téeré wu leen waar gindi, dina jógé ci man; tiis du dal mukk ci ñi koy toppi, te duñu tumurànke.

37– Waaye ñi dul gëmi, niy jàppe sunuy tegtal nay fen, dinañu leen tàbbal ci safara ba faww

38– Yéen doomi Israayel fattalikuleen mbaax yi ma leen xéewale; sàmmleen seen digaale ag man ma sàmm sama bos ag yeen;jaamuleen ma te gëm Téeré bi ma leen yóonne, ngir saxal seeni mbind. Buleen di ñi ko jëkk bañ gëm; buleen jënde samay firnde lëf lu jarul dara.Ragalleen ma.

39– Buleen solal dëgg mbubum fen; buleen nëbb dëgg bu ngeen ko xàmme.

40– Toppleen di julli ni mu ware, sarxeleen te sëgg ànd ag sama jaam yi

41– Ndax daangeen santaane jëf yu bax ñeeneen ñi fu ngeen ca fàtte seen bopp ? Moona yeen a ngiy jàng, Téeré bi, wàlla daal dangeen dul déggi mukk?

42– Wooleen ndimël, muñ ag ñaan; ñaan sas la, waaye nekkul loolu ci nit ñi wayaf.

43– Ñiy xalaat gisante bés ag seen Boroom ag dellu ci wetam.

44– Yeen doomi Israayal, fattalikuleen may yi ma leen wàcceel; fattalikuleen ni dama leen yëkkati ngeen sut nit ñépp.

45– Ragalleen bés ba ruu dootul mënal meneen ruu, fu amatul ñaanal njekk, wecconte walla ndimmël lu ñuy nég.

46– Fattalikuleen ni danu leen muccaloon ci njabootu Firawna mi leen daan teg mbugël yu soxor; ñuy ray seeni doom yu góor tey baal seeni doom yu jigéen. Nattu la won wu diis, jógé ci seen Boroom.

47– Fàttalikuleen ni danu xar géej gi ngir yéen, te danu leen musal, labal Firawna ci seen kanam.

48– Bi nuy sàmp sunu digaale ag Maisaa, ci ñeent fukki guddi dangen jël, fekk newu fa, aw wëllu na këfin wu ngeen di jaamu; te dangen def jëf ju ñaaw.

49– Ñu baal leen gannaaw gi, ba ngeen mën am sunu kólléré.

50– Noo jox Maisa Téeré bi ag rañnee wi, ngir may leen ngeen mën jublu ci yoon wu jub wi.

51– Maisa ni xeetam : Dangeen def seen bopp lu ñaaw ba ngeen dee jaamu wellu wi. Dellusileen ci ki leen sàkk, walla ngeen xaru; loolu moo leen di ëppal njërin ci wetam. Dana leen jéggal ndax dafa sopp di dellusi ci nit ki tuub, te dafa am yërmëndé.

52– Ngeen ni, noonu, Maisa : Yaw Maisa dunu la may menn kóoluté, soobeeg du danu gis Yàlla ci lu leer. Mbugëlum jëf jooju dafa leen bett dal.

53– Nu dekkali leen ba ngeen deewee, ndax ngeen mën am sunu Kólleré.

54– Danu baaral niir ci seen kawi bopp dolli yónné leen xéewal ag piccim cokkeer ya; ni leen : lekkleen ñam yu neex yi nu leen may; dangeen def seen bopp, jëf ju gën ñaaw li ngeen ma def man.

55– Nu ni xeetu Israyaal : Duggleen ci dëkk bi, jëriñooleen alal yi ci biir, na ngeen ko soxlaa, waaye bu ngeen dee dugg ci dëkk bi,sujjootleen te ni : yërmënde! yaw sunu Boroom. Noonu mu baal leen seeni bàkkaar. Ci. dëgg danoo wàcceeli ni jub suñuy may.

56– Waaye ñi bon ci ñoom, wuutal ci wax ji nu leen tegtal, jeneen wax. Noona nu wacce Asamaan, mbugël naka payu seen worteef.

57– Maisa laaj Yàlla ndox ngir nandal xeetam; nu ni ko : dóoral doj wi ag bant bi. Ni tonnet fukki mbënn ag ñaar bënn, mbooloo mu nekk xam ci saasi béreb bi mu war naane; nu ni doomi,Israayal : Naanleen, te lekk mayu Yàlla yi, te buleen def lu tas àddina.
58– Ba ngeen nee : yaw Maisa! nun mënunu doyloo lu gën yàgg menn xosu ñam kese, ñaanal sa Boorom, mu saxalal nu meñni suuf yooyu naka lujum, jombos, ñebbe, laaj ag soble. Maisa tontu : Ndax dangeen bëgg wecce li baax ag li bon ? Koon delluleen Misira, daangeen fa gis li ngeen di laaj. Noonu yàxxute ag ndóol law seen kaw, ñu wootal ci seen kaw meru Yàlla, ndax danu gëmulwoon ay firndéem, te daan ray ci lu dul yoon iy Yónnéntam. Loolu mooy li fay seen fippu ag seeni mbon.
59– Ñi mësoon gëm, ñi topp, diine yaxuud, waa Isaa yi, waa Sabaa yi, ag képp ku mës gëm Yàlla ag Bés bu mujj ba, te daan def lu baax, ñooñu ñépp daañu joti neexalu seen Boroom. Ragal du wàcc ci ñoom te dunu leen bunduxataal.
60– Bi ñu nangoo seen ndigaale, ba nu yëkkati tundu Sinayi mu tiim seeni bopp, danu ni: Nanguleen ag kóllëre wu takku yoon yi ñu leen di jox te ngeen fattaliku yi ci nekk, du ñàkk ngeen ragal Yàlla.
61– Waaye gannaaw gi, dangeen sore; te su dulwoon ndimmalu Yàlla ag yërmëndeem dee koon ngeen. xam ngeen ci yéen ñi tooppulwoon bésu Saba danu leen soppi golo yu yées.
62– Te danu leen def ñu di tegtal wu raglu, ci biir seeni bokk jamano ag seenigiir; defleen firndé wu yeetal ñi ragal ñépp.
63– Maisa wax na xeetam; Yàlla sant na leen ngeen rendi wëllu; waa Israyel yi yuuxoo : Ndax danga ñuy bëgg fowe? Mu ni : na ma Yàlla musal ba ma bañ bokk ci ni ñàkk bopp. Ñaanal sa Boroom, ni waa Israayal, mu leeral nu bu baax nan la wëllu woowu war mel. Mu ni Yàlla dafa bëgg mu bañ di màggat, bañ di ndaw.
64– Waa Israayel yi dolli ca : ñaanal sa Booom, mu leeral nu bu baax lu war nekk meloom. Yàlla ni Maisa : dafa bëgg mu di puur mu far am melo woo xam ni, ku ci teg bët mu neex la.

65– Ñaanal sa Boorom, mu leeral nu ba ñu ko ràññe, lan mooy wëllu woowu, ndax danu gis wëllu yu dul jeex yu niróo te mënuñu tànn wu jub, soobeeg du Yàlla dafa ko bëgg.

66– Maisa ni Yàlla nee na leen bu mu di wëllu wu tàyyi ndax liggeeyu mbay, mbaa nandal ay tool, waaye, wëllu wu yëkk mësul jage, te amul menn tistis. Leegi nag, yóoxu mbooloo mi, wax nga nu dëgg gi, ñu rendi wëllu wi; te moontin tuuti rekk ñu bañ ko def.

67– Fàttalikuleen bi mu amee ku fi ray kenn ci yenn; dee googu jur werante ci seen biir; Yàlla dafa biral ci bëccëg bu leer nàñn li ngeen doon nëbb.

68– Danu santaane ñu dóor néew bi ag menn ci céru wëllu wi ; noonu la Yàlla di dekkalee ñi dee, di leeral ci seeni bët iy kiimtaanam; xëyna du ñàkk ngeen mës xam.

69– Seeni xol ñoom danu jógé foofa dëgër ; danu mel na ay doj, gën sax wow, ndax dex dina wal jógé ciy doj, doj yi dañoo toj, ndox di ca jolli; Am na ci ñoom ñuy màbb ndax ragal Yàlla te mu wóor ni Yàlla teggiwul bëtam ci seeni jëf.

70– Ndax dangeen begg, yeen wa lislam yi, yawuud yi tuub ci sasi gëm ndax yeen ? Am na nag ci ñoom ñu daan topp waxu Yàlla ; waaye gannaaw gi danu ko soppi ci seen puugëre bopp, ba ñu ko jangee ba noppi.

71– Fu ñu dajeeg ajigëm yi ni : ñun danu gëm; waaye fu ñu wéete ci seen biir, di laaj ndax dangeen nettali, nitu lislam yi li leen Yàlla wàccel, ba ñu mën di ko jëriño ci kanamam, ba mën di leen xeex yeen? Ndax dangeen xamul, fu loolu di jëm ?

72– Ndax danu xamul ni, Ki Kawe Ki, xam na li ñuy nëbb, na mu xame li ñu teg ci bëccëg bu leer nañn ?

73– Ci ñoom, nitu neen ki, xamul Téeré bi (linjiit) waaye rekk ay léebi fenantu, te amul ngëm lu dëgër. Subbooxun niy bind téeré bi ci seeni loxo yiy yàxx te naan ndax pay gu yées ga ñu cay jële : Téeree Yàlla baa ngi. Subbooxun ma leen, ndax li seen loxo bind ndax pay gi ñu ciy jëlé.

74– Dañu naan : Su nu Safara laale du nekk lu weesu ay bés yu tuuti. Ni leen; Ndax dangeen am ci loolu nangonte ag Yàlla wu mu dul teggiwuji mukk, walla dangeen di wax rekk lu ngeen xamul?

75– Weesu na foofu. Ñi amul naka pay, lu moy seeni jëf yu bon, ñi seeni bàkkar wërdombo, féete leen wet gu nekk, ñoonu daanu leen batale Safara, te danañu fa toog ba fàww!

76– Waaye ñi gëmoon tey def lu baax; ñoonu dañoo moomi àjjana te dëkk fa ba fàww.

77– Bi ñu tërëlé ndéggo ag doomi Israayel yi danu ñi leen : Buleen topp ku moy Yàlla; dëgërleen ci jëf yu baax jëmële ci seeni nday ag seeni baay, ni leen joge, njirim yi ag ndool yi. Buleen ameel lu dul wax ju rafet nit ku mu. Defleen ni mu ware doŋŋ ci julli; dileen sarxe. Lu moy lu tuuti ci yeen, dangeen bañ te dangeen dëddu sunuy ndigël.

78– Bi nu deggoontéeg yéen, ni dungeen tuur deratu seen geñoo, te dungeen génnëntentewu ci séen réew, dangen joxe seen kàddu, te dangeen ko seede yeen, ci seen bopp

79– Montin dangeen dellu di rayente ci seen biir, dangeen génné réew mi wall ci yeen, dangeen ànd mànkoo di leen sëppóog seeni saaga, teg leen seen doole; Su ngeen leen jàppe dangeen leen di jotu te fekk danu leen terewoon daxx leen genne seen reew. Ndàx dangeen gëm wall doŋŋ ci seen téeré bi, sànni leneen li ? Te luy payu kiy jëfé nonu ? toroxte ci addina mooy seen cer, te ci besu dekki ba danu leen di bëmëx ci mbugël mi gën metti. Te wóor na ni Yàlla teggiwul bët ci li ngeen di def.

80– Ñiy jënde dundu addina bii njëgu dundu addina ëllëg mbuggël mi dunu leen ko wayafalal te du nu am wallu.

81– Danu jox Téeré yoon wi Maisa toppal ci gannaawam, Yeneen iy yónnent ; Danu may Isaa doomu Maryama, tegtal yu leer ciy tànkam, dolli kartanàl ko ag xel mu sell mi. Ndax rekk fu leen ndawal Boroom bi andile ngëm wu dal, ci seeni bëgbëgg ndax dangeen war rekk di wane dëgër bopp, ag di ca génné wall yuy fen ag di bóom ñeeneen ñi?

82– Ñoom ñoo wax ni : Sunuy xol xarafuñu, Yàlla rëbb na leen ndax gëmadi ! Ni limu ñi gëm tuutee!

83– Dañu jot ba noppi ci wàllu Yàlla, téeré buy saxal seeni mbind (lu ko jiitu danu daan jooytu Asamaan ndimmël mu leen musal ci weddikat); danu jot ca téeré ba ñu leen waxoon ba noppi, te bañ ko gëm! Na nattu Yàlla dal ci weddikat yi.

84– Njëg gu ñàkk fayda lañu jaaye seen ruu. Gëmuñu li ñu leen yónnée mu jógé ci kaw, ndax kañaan; ndax Yàlla ci mayeem, dafa yonné téeré, kenn ciy jaamam yi ki ko neex te mu tànn ko. Dañoo wootal ci seen kaw mer ag merum Yàlla. Mbuggël mu yées moom la nu tegal weddikat yi.

85– Bu ñu nee leen : gëmleen li Yàlla yónné mu jógé ci kaw, ñu tontu: gëm nanu Mdind yi nu jot; te di weddi téeré bi ñëw gannaaw gi te téeré boobu di seedeel seeni Mbind. Ni leen : Lu tax boog ngeen ray Yonnenti sunu Boroom su ngeen gëmoon ?

86– Maisa dafa ñëw ci yeen ag tegtal yu leer, ngeen jàppe wëllu wa lëfin wu ñoo jaamu; ndax dangeen deful foofu lu ñaaw ?

87– Ba ñu nangoo digaale ba, ci suñu diggante ba yëkkati ci seen kaw bopp tundi Sinay : ca la nu dégtale kàddu yii : Nanguleen sunuy yoon ag dogu wu wér ci tëyé leen. Dañu tontu : Dégg nanu, waaye dunu topp; séeni xol ya di màndi bàtaay ci jaamu wëllu wa. Ni leen : ñaaw nañu xel yi leen seen ngëm di sol su fekke ni am ngeen ci menn.

88– Ni leen : Su fekkee ni dëgg la ni dekkuwaayu fàww wu texxalikoog wu ajidee yi, danu leen ko dencal ca Yàlla, ñomeleen boog woo dee su ngeen mandoo.

89– Déedéed duñu ko woowi mukk, ndax li seeni loxo di def, te Yàlla xàmme na saysay yi.

90– Daa leen fekk ñu gën xér ci duund nit ñi ñepp ag weddikat yi sax. Am na ci ñoom ki bëgg dund junnibi at, waaye dund wu yàgg woowu mënu ko texxaleeg mbuggël mi leen di nég ndax Yàlla dafay gis jëf yi.

91– Nil; Kan mooy waxi ni mooy Jibril? Moom ci mayu Yàlla moo teg ci sa xol Téeré wuy saxalaat, téeré yu sell yi ko jiitu, ngir jubol ag yëgle xabaar yu neex, ajigëm yi.

92– Kiy dooni noonu sunu Boroom, ag wu malaaka yi, ay Yónnent yi, ag Jibril, ag Mikaayel, dana noonoo Yàlla, ndax Yàlla sib na weddikat yi.

93– Danu la yónnée tegtal yu leer, saaysaay si doŋŋ ñooy bañ gëm

94– Fu ñu tege déggoo, ndax dana ci am wall ci ñoom wu ko teg ca wet ? Waaw ni ëpp ci ñoom gëmuñu

95– Bi kiy waare nëwee, ci seen biir, ci ndigëlu Yàlla, saxalaat seeni téeré yu sell yi, wall ci ñoom te jot ci mbind yi, danu sanni ci seen gannaw Téeré Yàlla bi na su ñu ko xamulwoon.

96– Dañu topp li seytaane ya mbébëtoon jëmale ci nguuru Suleymaan; waaye du Suleymaan a doon weddikat, seytaane yi la woon. Dañoo jàngal nit ñi xérëm ag xamxam bi ñu joxoon ñaari malaaka. Babilon ya : xarut ag Marut. Ñooñu duñu jàngal kenn ci li ñu xereñ, te neewuñu la : ñooy liy xirtal, wattul soppeeku ne weddikat; nit ñi danu daan jàng ci ñoom yooni texxale jëkkër ag jabaram; waaye malaaka yi, daawuñu dal ci kenn, lu moy ci ndigëlal Yàlla. Waaye nit ñi danu daan jàng li di seen musibe, bàyyi li daan seen ñjerin; te xamoon nañu ni, ku jënd xamxam boobu dëddu beppu wàll, ci dundu ëllëg. Njëg gu ñaaw la loolu, ñu jébële seen maat, su ñu ko mënoon xam.

97– Ngëm ag ragal Boroom bi may koon na leen xéewal su ñu ko xamoon.

98– Yeen ni di ajingëm! Buleen di aajoo kàddu giy **raxina** (Gisleen ñu) di leen wax **unzurna** (xoolleen nu) toppleen ndigël loolu, mbugël mu metti mooy neg weddikat

99– Ñi ame mbind yi ag xérëmkat yi, bëgguñu xéewal wàcc ci yeen jógé ci seen Boroom; waaye Yàlla mbaaxam ku ka soob la koy jox ndax dafa baax te magg.

100– Dunu gàttali benn ci aaya téeré bi, te dunu ci far benn; danga xamul ni Yàlla mën lépp la ?

101– Ndax danga xamul ni ndali asamaan ag wu suuf Yàllaa leen moom, te amuleen weneen kiiraay mbaa ndifi mu ko moy ?

102– Ndax ndageen di laaj seeni ndaw li, la yaxud yi doon laaj Maisa? Kiy wecce ngëm ag gëmadi kooku réer na bàyyi yoon wi jub.

103– Ñu bare ci ñi ame mbind yi, danu leen bëgg dello ci ngëmadi ndax kiiñaan gi leen di xamb fu dëgg gi feeñee leer nañn ci seeni bët. Baalleen leen. Waaye wattuleen leen ba fu ngeen jótee, ci loolu ndigëlu ki kawee kawe te mën lépp.

104– Dileen julli ci waxtu, di sarxe, lu baax li ngeen di def daangen ko fekki ci wetu Yàlla miy gis seeni jëf.

105– Dañu naan : yawud yi ag waa Isaa yi doŋŋ ñooy tàbbi ajjana. Loolu ci seeni fen yi la bokk. Ni leen ana seeni firnde ? Andileen leen su ngeen dee niti dëgg.

106– Sorena foofu ki jébbël boppam yépp Yàlla, te di defi lu baax; dana fekki neexalam ci wetu boroomam : ragal du ko laal te du am naxxar.

107– Yaxud yi danu naan : Waa Isaa yi dëjuwunu ci dara; Waa Isaa yi naan ci seen wàll : yaxud yi déjuwuñu ci dara; te moona ñii ag ñee danuy jàng mbind yi. Xërëmkat yi te xamuñu dara lu ni mel la ñuy wax. Ci bésu dekki ba Yàlla dana àtte seen diggante ci li ñoo werante.

108– Kan moo gën tooñ kiy tere turu Yàlla jólli ci julliwaay yi te di liggéey ngir ñu màbb ? waruñu ci dugg lu moy di lox. Toroxte mooy dooni seen cér ci addina te mbuggël mu soxor la ñu leen tegal ci weneen wa.

109– Yàlla moo moom Penku ag Sawwu ag wet woo geestu daj ci kanamam. Yàlla na te xam lépp.

110– Danu naan : Yàlla am na ay doom. Na ko sore wakkaar wu ni mel! Lépp lu nekk ci Asaman yi ag Suuf, moo ko moom, te lépp a koy nangul.

111– Menn ci Asamaan yi ag Suuf si, fu mu doggoo ci lenn dana ni : na Ne, mu ne,

112– Ñi xamul dara (xeremkat) ñoo naan : Su Yàlla waxul ag nun, soo nu joxul firnde dunu gëm. Noonu la seeni baay daan waxe; seeni waxin ag seen iy xol danu niróo. Feeñalal nañu lu doy ciy tegtal, ñi am ngëm.

113– Danu la yónni nga ànd ag dëgg, sant la yëglé ag yeete. Duñu la laaj lay dara ci ñi ñuy jóowi ci safara

114– Yaxud yi ag wa Isa yi duñu ànd ag yaw lu moy nga tàbbi ci seen diine. Ni leen : Yoon wi jógé ci Yàlla, moom doŋŋ mooy dëgg, soo toppee seeni bëgg bëgg, ba nga jotee ci xamxam ba ba noppi, doo fekk ci Yàlla kiraay mbaa ndimmël.

115– Ñi nu jox téeré bi te ñu koy jànge ni mu ware, ñooñu gëm nañu ko; waaye ñi ci dolliwul menn ngëm ñoonu aji réer lañu.

116– Yeen doomi Israyel! Fàttelikuleen xéewal yi ma leen may; fàttalikuleen ni dama leen yëkkëtiwon teg ci kaw nit ñi ñepp.

117– Ragalleen bés bi ruu dootul doy meneen ruu, wu ñu dootul nangu weccee, wu dox diggante dootul am, wu ñu dootul nég ndimmël ci kenn

118– Yàlla ba mu seetloo Aadama ciy kàddu te kooku topp iy ndigëlam, Yàlla daf ko ni : dinaa la samp na *Imaamu* xeet yi. Tànn ci it, ci sama biir giir, ni Aadama. Sama digaale tontu Boroom bi, ñi soxor bokkuñu ci.

119– Ñu yekkati kër gu sell gi ngir def ko bérëbu noflaay ag laxxuwaayu nit ñi, te ni: Jëlleen taxawuwaayu Ibrayma na xudbawaay wi. Ñu déggonte ag Abrayma ag Ismaayel te ni leen : Ngeen sellal sama kër gi, ngir ñiy ñëw di wër, ngir ñiy ñëw di fi jullisi, di fi sukk ag sujjóot.

120– Moom Abrayma ni Yàlla : Boroom bi mayal réew mi, mucc ag dund ci sa doomi garab yi, may ko ñiy gëmi Yàlla ag bés bu mujj ba. Danaa ko may weddikat yi it. Waaye duñu ci bànneexu lu moy saa su gàtt; su noppe ma ruux leen ci mbugëlum Safara. Cëy! yoon wu ñaaw wiy seen yos.

121– Ba Abrayma ag Isamaayel yëkkëtee kenu yi dëj kër ga danu xaacu : Nangulal nu, yaw sunu Boroom, ndax dangay dégg te xam lépp.

122– Defal yaw sunu Boroom nu tënku ci sa dogal te sunu giir di xeet wu tënku ci lislaam; jàngal nu aada yu sell yi; te may nu bët ndax danga sopp nangu toroxlu te am yërmendé

123– Feeñalal ndaw ci seen biir ba mu ijjal leen xibaari say kiimtaan, jàngalleen Al xuraan ag mbaax te sellal leen

124– Te kan mooy bañ yoonu Abrayma lu moy ñàkk xel ? Danu ko fal ci àddina si, te dina bokk ci weneen wa ca ñi jub.

125– Bi Yàlla nee Abraxmenn : tënkul ci sama dogal, dafa tontu: Tënku naa.

126– Abrayma digal doom yi ngëm lii, Yanxoba def lu ni mel. Mu ni leen yéen samay doom, Yàlla dafa leen tànnal diine buleen réer te duguleen ci.

127– Teewoon ngeen, bi dee ñewée ganesi Yanxuuba, te mu laaj doom yi, lu ngeen di jaamu fi sama gannaw ? Ñu tontu danuy jaamu sa Yàlla ji, Yàlla say Maam Abrayma, Ismayel ag Yanxooba; Yàlla miy Menn te daañu tënku ci moom.

128– Niti jamano yooyu, weesu nañu, yobbaloo njëgu seeni jëf. Yéen itam daangeen jot ci bu seeni yos, te kenn du leen làyyiloo ci li ñooña def.

129– Danu leen ni : Nekkleen yawud, mbaa waa Isaa te daangeen topp yoon wu baax. Tontuleen : nun diine Abrayma la nu gën mengóol, aji gëm wu wér, wu bokkul woon, ci limu xeremkat yi.

130– Ni leen : Nun danu gëm Yàlla ag li mu yónnée mu jógé ca kaw ag Ibrayima, Ismayal, Isaaxa, yanxooba, fukk ag ñaari xeet yi, ag téeré yi nu jox Maisa ag Isaa; téeré yi Yàlla may Yónnent yi. Tàbbalunu ràññee ci seen diggante te danu tënku ci dogalu Yàlla.

131– Su (Yawud ag waa Isaa yi) nangoo sunu ngëm, ñu ngi ci yoon wu jub wi; su nu ko soree dañoo dogoo ag nun, waaye Yàlla doy na leen yeen, day dégg te xam lépp

132– Ngérëml la ci wàllu Yàlla; te kan moo gën mën saxal ku moy Yàlla?

133– Nileen; Ndax dangeen di : Werante ag nun Yàlla. Mooy sunu Boroom di seen yos; Danu am sunuy jëf ngeen am seeni yos. Nun danu dogu ci sunu ngëm.

134– Ndax dangeen di waxi ni Abrayma, Ismayel, Isaaxa, Yanxooba ag fukk ag ñaari xeet yi, ay yawud mbaa waa kër Isaa, lañu woon ? Ni leen : Kan ci Yàlla ag yeen, mo ëpp xamxam? Kan moo gën tooñ ki nëbb, seede wi ko Yàlla dénk ? Waaye Yàlla feenetalul li ngeen di def.

135– Niti jamano yooyu réer nañu. Yobbu nañu seeni jëf, ni ngeen di yóbbóo wu seen yos. Dunu leen làyyiloo la ñu defoon.

136– Ñàkk xell yi ci nit ñi daañu laaj : Lu tax Muxammad soppi xibla wi ? Tontu leen ! Penku ag Sawwu Boroom bi moo leen moom, day joo ni ko soob ci yoon wi jub.

137– Noonu lanu leen defe xeetu dox diggante ba ngeen mën seede ci kanamu nit ñepp, te ndaw li di seede ci li laal seeni mbir.

138– Danu sampoon xibla wi jiituwoon ngir raññee ci yeen ki topp Yónnent bi ag ki ko dëddu. Soppeeku woowu galankoor la, waaye du ci ni Yàlla di womat. Yàlla du seetaan seen ngëm bañ meññ, ndax dafa fees dell ag mbaax ag yërmënde ci nit ñi.

139– Gis nanu ngay werante ci ni nga walbëtee sa kanam jëmé wetu asamaan wu nekk; danu bëgg nga walbati ko lu dore na tay jëmëlé ci pacc moo xam ni dafa am mbegté. Walbeti ko jëmëlé ci tefesu xudbawaay wu sell wi. Ag foo mënëti nekk walbetikul jëmëlé ci tefes woowu. Ñi jott ci mbind yi xam nañu ni dëgg moo jógé ci Boroom bi, te Yàlla du fenatal seeni jëf.

140– Na fekk nga wane ci kanamu ñi jot ci mbind yi, kiimtan yu mu doon, du tax ñu nangu sa xibla wi (nga jëmëlé sa julli). Yaw it doo nangu seen yos, ci ñoom am na ci ñu dul topp seen xibla moroom. Su fekkee ni gannaw xamxam wi nga jot danga topp seen mbëggéel, dangay bokki ci ñàkk njullité yi.

141– Ñi jot ci mbind yi xam nañu ndaw li, ñi ñu xame, seen doomi bopp, waaye ñi ci ëpp dañoo nëbb li ñu xam.

142– Dëgg gi ci sa Boroom la jógé. Kon, bul bokk ci ñiy werante.

143– Xeet wu nekk am na tefes ci asamaan, wu muy jublu buy Julli. Yeen jéemleen di def jëf yu baax fu ngeen nekk. Yàlla dana leen dajalé yeen ñépp bés ndax dafa mën lépp.

144– Ag bérëb boo mën génné, tegal sa kanam ci xudbawaay wu sell wi; ndigël la wu bàyyikoo ci sa Boroom, te Yàlla du fenatal lu laal ci seeni mbir.

145– Ag béréb boo mën génné tegal sa kanam ci xudbawaay wu sell wi. Ag bérëb boo nekk walbëtil sa kanam jëmé ci wet googu ba bañ may nit ni benn bunt bu ñu la meree ci seen xuloo. Naka ñakk julité ñi, ñoom bu leen ragale dara, waaye ragalleen ma, ba ma matal samay xéewal ci yeen, te ngeen dëkk ci yoon wu jub wi.

146– Noonu lanu yónnée ay Yónnent ci xeet yépp, ba ñu mën leen tekkil suñuy kiimtaan; ba ku ci nekk ci ñoom sellal leen, te jàngal leen téeré biy Al xuraan, ag mànduté, te leeral leen li ngeen xamulwoon

147– Fàttalikuleen ma, danaa leen fattaliku, di leen jaamu te bañ ñàkk kollëré ci seen diggante ag man.
148– Yeen ajigëm yi ! sarxuleen asamaan ciy ñaan ag muñ.
149– Buleen ni, ñi ñu ray ci yoonu Yàlla danu dee. Déedéed ñu ngiy dund; waaye dangeen ko mënul xam
150– Daanu leen seetlu ci raglu ag xiif, ci alal ag nit ñu ngeen ñàkk, ci yàxx seen mbay. Yëgaleel xibaar yu neex ñiy muñ ci naxxar.
151– Ñi nga xam ni, fu leen nattu dale ñu yuuxu : Yàllaa ñu moom, ca moom la ñoo dellu.
152– Barke seen Boroom ag yërmëndéem, ñooy law ëmb leen. Danañu leen wommat ci yoon wu jub wi.
153– Safa ag Marwa, Sanci Yàlla lañu; Kiy aji Makka, tey duggi ci kër gu sell gi, deful benn bàkkaar, su wëréе ñaari tund yi. Ki def lu baax ci manmanu boppam kooku dana jot ci neexal ndax Yàlla dafa am kóllëré, xam lépp.
154– Na Yàlla rëbb ag képp ku mën rëbb ñooñu di tonni ci xelu ñeneen ñi, kiimtaan yi ag yoonu dëgg wi fa nu ko xamle ci téeré biy limjiit
155– ñiy dellusi ci man ñiy jubbëntiku tey xamal ñeneen ni dëgg gi; ñoonu danaa dellusi ci ñóom; dama sopp dellusi ci tooñkat wu tuubaat, ndax dama am yërmëndé.
156– Ñiy dee ci ngëmadi rëbbu Yàlla dana leen dal ag wu malaaka yi ag wu nit ñépp.
157– Du leen wàcc ba fàww; seen sukuraat dootul wayaf mukk, te Yàlla dootul walbati bëtëm teg leen.
158– Seen Yàlla mooy Yàlla Menn mi. Amul weneen, dafa laabiir dafa am yërmëndé.
159– Ci sakk asamaan yi ag suuf; ci toppante ag dëppente bés yi ag guddi yi; ci gaal yiy dow ci geej yi, ngir ëndil nit ñi yëf yu am njërin; ci ndox mi Yàlla di wacce asamaan te mu di ci dundal suuf si deewoon ca jamano, te mu tas ci xeeti bàyyima yépp; ci coppeeku ngelaw yi; ag niir yi tënku ciy warugar diggante asamaan ag suuf, ci yooyu yépp dafa am ay tegtal ci képp ku am xel.
160– Am na ci nit ñi, ñuy teg ci wetu Yàlla ay àndandoo yu ñu sopp na Yàlla; waaye ñi gëm danu taamu Yàlla, teg ko ci kaw lépp. Waaw ñakk njulité yi, daañu xami bésu mbugël

ni amul meneen kàttan mu moy Yàlla, te ku diis la ci mbugël.

161– Bu njiit yi texxalikoo ag ni leen daan topp, ñu gis mbugël yi; te digaale yi doxoon ci seen diggante yépp dog.

162– Toppekat yi, daañu ni : Ag su ñu mënoon dellusi ci suuf daañu texxalekoog ñoom ni ñu texxalikoog ñun tay. Noonu la leen Yàlla di wane seen jëf. Daañu yàbbi seen reccute waaye dootuñu jógé Safara ba fàww.

163– Yeen ñit ni dundéleen béppu doomu garab wu araamul te neex. Buleen top tànku Saytane, ndax mooy seen noon wi nëbbuwul.

164– Dafa leen di sant mbon ag ñaawtéef; dafa leen di jàngal wax ci Yàlla lu ngeen xamul.

165– Bu ñu nee leen : Toppleen yoon wi leen Yàlla yónnée, dañoo tontu : Danuy topp sunuy aaday maam. Nan la ñu mëné topp, seeni maam, yu dégulwóon dara, te nekkuñuwoon it ci yoon wu jub ?

166– Weddikat yi danu mel na kooku di yuuxu, nit ku déggul lu moy àddu baatu boppam ag xaacu wi (mu mënul tekki kàddu ya) : tëx, muuma, gumba, xamuñu dara.

167– Yeen Aji gëm yi! dundéleen ñam yu neex yi nu leen may te ngeen sant Yàlla ndegam ay toppeem ngeen.

168– Tere nanu leen lekk bàyyima wu médd, derat, yàppu mbaam xuux ag béppu bàyyima wu ñu woo tur weneen wu dul wu Yàlla.

169– Ñiy nëbb nit ñi yooni Téeré bi nu yónnée ca kaw, ndax ndumët wu sew, seeni xol Safara lañu koy feesale. Yàlla du wax ag ñoom bésu dekki ba, te du leen jéggal. Mbugël mu metti moo leen di nég.

170– Ñiy jëndé réer njubël li, ag mbugël mbaalu Yàlla, nan lañuy àttaneji Safara ?

171– Danañu leen ci tëji; ndax Yàlla dafa yónnée téeré dëgg te ñuy werante ay mbiram dog féete ci bëreb wu sore dëgg gi.

172– Màndu té gi, du ngeen walbati seen kanami wetu Penku mbaa sawwu. Màndu mooy ni gëm Yàlla ag bés bu mujj bi, ag malaaka yi, ag Téeré bi, ag Yónnent yi; di jox ngir Yàlla, ndimmël ñi leen jage, ag njërim yi, ag neewjidoole yi, ag doxandeem wi; ñiy ñaan, ñiy jotu jaam, ñi fonk julli, ñiy sarxe, ñiy mattal digaale, tey wane muñ ci nattu, ci fu jamano mettee, fu jamano àndee ag biijoo; ñoonu ñoo jub te ragal seen Boroom.

173– Yeen ajigëm yi! Yoonu fayyonte la nu leen sant su dee ray. Nit ku gore ag nit ku gore; jaam ag jaam; jigéen ag jigéen; ku am ci sa derat mu baal la, na joxe dara ci alal te àtte wi dana wayaf and ag ñeewonte.

174– Loolu wayafal la wu jógé ci seen Boroom may la ci yërmëndéem; waaye ku tooñaat def lu ni mel ñu teg la mbugël mi gëne diis.

175– Ci yoonu fayonte la seen dund tënku, yeen nit ñi am xel ! Ñàkkul ngeen mujj ragal Yàlla.

176– Danu leen sant su kenn ci yeen tolloo ci dee, dafa war bàyyi ci ndonale alalam, ceru baay, céru yaay ag mbokk yu jage ci ñu laabiir.

177– Ki dégg ndonale mi, li mu tëral ci bi moo dee, te dellu soppileen kooku tooñ la def. Yàlla day gis, di dégg lépp.

178– Ki ragal juum mbaa tooñ, ki donnale ba matal céru ndonalewu yi ci yoon, kooku tooñul. Yàlla dafa yaa te am yërmëndé.

179– Yeen aji gëm! Koor danu leen ko sant, ni ñu ko santewoon ñi leen fi jiitu. Ragalleen seen Boroom

180– Koor dafa tégu ci bes yu ñu dogal. Waayé ki tawat ag kiy tukki (te mënul woor, àpp wi nu santane) dana woori bés yu ni day. Ñi mën aggale seen koor te dog, danañu genné ngir balu, dundu neewjidoole. Képp ku def jëfu ngëm, war ca jot njëg. Lu jiitu lépp baax na ngeen topp koor gi su ngeen xame yoon wi.

181– Weeru koor wi ñu wàccee Al xuraan, jëlé ko ci kaw ngir wane jublu wi nit ñi, jox leen ci leeral wu fés, ag wane lu baax ag lu bon, mooy jamano sago wi. Képp ku gis weer wi, war fagaru ngir woor. Ki tawat mbaa di tukki dana woorat lu ni day ci bés. Yàlla dafa leen bëggal noflaay, bëggëlu leen mbir yu jafe. Dafa bëgg rekk ngeen matal bés yi ñu laaj, te ngeen di ko tagg ci ni mu leen tege ci yoon wu jub wi; dafa bëgg ngeen am kóllëré.

182– Su la sama jaam yi di waj ci man maa ngi nekk ci seen wet, danaa nangu ñaanu ñaankat wi may ñaan. Waye na ñu ma déglu; Nañu ma gëm, ba mën dox bu jub.

183– May nanu leen, ngeen jage seeni jabar ci guddi koor. Yeena di seen yëré, ñu di seen yos. Yàlla xamoon na ni, tooñ ngeen ci wall woowu. Dafa dellusi ci yéen baal leen. Gisleen seeni jabar ba mën witt doomi garab yi nu leen meññalal. May nanu leen ngeen di lekk ag naan ba jamano ju ngeen mëne rànñee wëñ wu ñuul ag wën wu weex. Su jamano jooju yegsee, toppleen yoonu koor ni mu gëne ba guddi. Ci diggante bi, bu leen jote ag seeni jabar, demal ci li gën di jëf, topp ci jàkka yi. Yooyu mooy rëdd wi Yàlla lal. Buleen ko jage ndax ragal jéggi ko. Noonu la Yàlla di firée, ag leeral tegtalam yi ci nit ni, ba ñu ragal ko.

184– Buleen tasaare seen alal, di leen tabbal ci yu amul solo ci seen diggante; buleen ko yóbbu it ci kanamu àttekat bi, ngir alag alalu jaambur ci lu dul yoon. Xam ngeen ko.

185– Danu lay laaj, ci weer yu feeñ. Ni leen : Ay jamano la yu nu saxal, ñuy may nit ni nu mën jàpp kañ lañoo aji Makka. Màndu gi dàxx na ngeen tabbi seeni biir kër, ci buntu gannaw wu ngeen sakk; mi ngi ci ragal Yàlla. Duggleen koon ci seeni kër aw ci buntu dugguwaay bi, te ragal Yàlla. Daa ngeen bég.

186– Xareleen ci yoonu Yàlla, xare ag ñiy xeex ag yeen. Waaye buleen tooñ, jëkk jóg dal ci seen kaw, ndax Yàlla bëggul tooñ.

187– Rayleen leen fu ngeen leen fekk, te ngeen dàxx leen ci fu ñu leen dàxxe. Wootalu xérëm moo yées ray ci xare. Buleen xeex ag ñoom ci wetu xudbawaay wu sett wi, sobeeg du danu dal ci seen kaw. Su ñu ko defe rayleen leen. Loolu mooy neexalu weddikat yi.

188– Bu ñu bàyyee li ñoo def : Dëgg la Yàlla Yaana am yërmënde.

189– xeexleen leen ba ba ngeen di mucc ci wootal; ba ba béppu jaamu tënkoo doŋŋ ci Yàlla miy Kenn. Su ñu tegge bàyyi, xeexoo yi jeex. xare yi duñu ko togg jëmé lu dul ci ñàkk ngëm yi.

190– Weer wu sell wi ag weer wu sell. Su ñu dalee ci seen kaw ci bérëb bu sell bi, na ngeen defe noonu yeen itam ci yoonu fayonte wi. Képp ku dal seen kaw, dalleen ci kawam. Ragalleen seen Boroom, te ngeen xam ni dafa and ag ñi ragal.

191– Tàbbalieen seen alal ngir mbirum Yàlla, te buleen barajbarajee ci seen loxo bopp ñiy def lu baax.

192– Ajileen Màkka, nuyóoji ca julliwaay ba ci màggu Yàlla. Su ngeen amee gàllankoor, seeni noon wër leen, yónéeleen, na fekk muy sarax su wayaf. Buleen wat seen bopp, soobeeg du sarax sa dafa àgg ci bérëb bi ñu ware raye. Ki tawat mba am ngànt lu ko tax watu, kooku war na ko, mu woor ngir tàgoog warugar woowu, mbaa mu sarxe, mbaa génné dara. Su fekkee ni amuleen dara lu ngeen di ragal ci seeni noon, ki yam ci seeti julliwaay bi, te dàxx aj mi ba beneen jamano, kooku dana génné sarax su wayaf; su amul kàttanam, ñatti bési woor war na ko ci bi muy aj, ag juroom ñaar ci bi mu dellusee : Lepp di fukk. Mbaalu googu, tegguna ki njabootam teewul ci julliwaaayu Màkka bi. Raggalleen Yàlla te xam ni ku tàng la ci mbugëlëm.

193– Aji ci weer yi ñu ko santaane la war. Ki koy def, dafay bañ amle ag jigéen, bañ moy santaane yi bañ xeexoo. Lu baax li ngeen di def, dana yeksi ba ci Yàlla. Jëlleen yobbël ci tukki bi. Yobbal bi gën, mooy jullité. Ragalleen ma koon yeen, nit ñi am xalaat.

194– Tooñ amul ci ñaan Yàlla yokkute seeni amam, ci def njulë bu ngeen di aj. Bu ngeen jógée Tundu Arafaat, ngeen fàttaliku Boroom bi, ci fàttalikuwaay wu sell wi; fàttaliku ko, ndax dafa leen teg ci yoon wu jub wi, yeen ni néwoon bu jëkk ci réerànge.

195– Ngeen wërwëri ci bérëb yi foofu ni ko ñeneen daan defe. Wootalleen mbalu Yàlla; dafa laabiir te am yërmënde.

196– Su ngeen noppee seeni warefi njaamu, jàppleen ci seen xel Yàlla, ni ngeen jàppe seen baay mbaa nu ku gën wér. Am na nit ñu naan : Boroom bi, jox nu sunu wàll ci amam ci àddina si. Ñooñu duñu am cér ca allaaxira.

197– Am na ñeneen ñu naan, Boroom bi, sédd nu cér wu rafet ci àddina ji, ag cér wu rafet ci àddina jee te nga musal ñu ci mbugël.

198– Ñooñu daanu jot ci cér wi ñu yellool. Yàlla dafa gaaw ci ndigaaleem ag nit.

199– Na ngeen matal jëfi jaamu yi, ci ay bés yu ñu wañn. Ki gaawantoo jógé xuru Mina, jiitoo ñaari fan, tooñul ki toog lu ko weesu it tooñul ; su fekke ni dafa ragal Yàlla. Ragalleen boog Yàlla te ngeen xam ni bés daangeen dajaloo ci kanamam.

200– Nit ki daa ka naw, ndax ni mu lay nettalee dundu àddina bii. Dana seedeloo Yàlla xalaat yi ci xolam. Moo gëna dogu ci say noon.

201– Ngeejoo mu jógé fi, door wër réew mi, di ko tas, di yàxx ci biir àll bi, ag ci biir jur gi. Yàlla bëggul tasaate.

202– Su ñu ko ne : Ragallal Yàlla , rëyam yokku ànd ag ñàkk njullitéem; safara mooy dooni neexalam . Bérébu noflaay wu bon!

203– Kii dafa jaay boppam ngir defal Yàlla lu ko neex. Yàlla dafa ëmb ba fees, mbaax ciy jaamam.

204– Yeen aji gëm yi tabbileen yeen ñépp ci diiné dëgg ji. Buleen topp tànku Saytaane; Mooy seen noon wi fesal

205– Su ngeen duggee ci bàkkar, fekk ngeen jot tegtal yu fés yi, xamleen ni Yàlla kàttan la, sago la.

206– Weddikat yi danu toog di nég Yàlla yeksi ci ñoom ci lëndëmu niir gu tar and ag malaakaam yi. Foofu lépp jéex, lépp dellu ci Yàlla.

207– Laajal doomi Israyel yi, ñaata tegtal yu fés la ñu tasaare ci seeni bët. Kiy soppiji xéewal yi ko Yàlla may, dana xami ni Yàlla ku tang la ciy mbugëlam

208– Áddina ji, ñi gëmul ñoo ko moom, te di ree ñi gëm. Ñi ragal Yàlla dañoo féete ca kaw, bésu dekki ba. Yàlla dafay dundal ñi mu bëgg, te du leen wànñal ay mbaaxam.

209– Nit ñi bu jëkk, danu defoon menn xeet doŋŋ.Yàlla yónnée Yónnent yi, ñu war yëglé ag waare. Dafa leen jox téeré wu def dëgg gi, ngir wax texxale nit ñi ci mbir yi ñu doon werante. Fekk nit ñi danu doon werante doŋŋ ndax siisante, gannaaw bi nu leen joxee tegtal yu leer nànñ. Yàlla moo doon sàmmu nit ñi gëmoon dëgg li taxoon ñuy werante ci mayu Yàlla, ndax dafay jubël ki mu bëgg ci yoon wu jub wi.

210– Ndax dangeen defe ni, daangeen tàbbi Ájjana te dungeen mos coono yi ñi leen fi jiituwoon mosoon. Ayib ag musibe nuysi leen, nattu walbati leen fu nekk ba Yónnent bi, ag ñi gëmoon ag moom ni : Kañ la ndimmëlal Yàlla di yeksi ? Ndimmelal Boroom bi ndax jagena?

211– Daañu la laaj nan la ñoo defe sarax. Ni leen : dangay dimmële say waajur, ñi la joge, njirim yi, neewjidoole yi, doxandéem yi. Lu bax li ngeen di def Yàlla dana ko xam

212– Danu leen sant xeex, ngeen bañ ko.

213– Mën na am ngeen am mbañ ci li di seen njériñ te bëgg li leen di gaañ. Yàlla xam na ko. Waaye yeen xamuleen ko.

214– Dañu la laaj ci weer wu sell wi; daanu la laaj ndax mën nañu xare ci weer woowu. Ni leen : xare ci weer woowu, bàkkaar bu rëy la; waaye dëddu yoonu Yàlla wi bañ ko gëm, ag xüdbëwaay wu sell wi, dàxx ci ëtt bi ñi ci dëkk, bàkkar la wu yées. Wootalu xérëm, moo yées raye. Weddikat yi duñu noppeeg xeex ag yeen sobeeg bàyyiloowuñu leen seen diine, su ñu ko mëne. Waaye ñi ci yeen ñiy bàyyiji seen diine, ba dee ci weddi, ñoonu ay nit lañ yu seeni jëf dul meññ, du ci dund wii, du ca weneen wa. Danu leen batale Safara, te danañu fa toog ba fàww.

215– Ñi bàyyi seen réew, te di xeex ci xallu Yàlla wi, ñooñu mën nanu yaakaar yërmëndeem ndax dafa laabiir te am yërmënde.

216– Daañu la laaji ci mbiru biiñ ag teg. Ni leen.benn bi, ag beneen bi yépp bon nanu. Nit ñi danu ciy wut njériñ waaye mbon gi mo ëpp, njërin li. Danu la laaj it ci li nu war joxe ciy may.

217– Tontuleen; joxeleen li ëpp. Noonu la leen Yàlla di leeralal iy tegtalam ba ngeen delloosi seen xel.

218– Ci Áddina si, ag ci weneen wa. Daañu la laaj ci mbiri njérim. Nileen defal leen lu baax jëf la ju rafet.

219– Su ngeen dëkkee ag ñoom jàppeleen leen naka seen bokk geño. Yàlla mën na ràññee ki soxor, ag ki jub. Mën na la nattu su ko soobee ndax dafa am kattan ag sago.

220– Buleen takk jigeni xëreémkat, soobeeg du danu gëm. Jaam wu jigéen wu gëm, moo gën jigéen wu xëremkat na fekk ni kii gën leen.neex

221– Weddikat yi danu leen di woo jëmé Safara, Yàlla di leen ganale yeen, Ájjana ag mbaal; ndax kattanam doŋŋ mooy leeral li muy jàngal nit ñi ba nooñu xelaat ci seen xel.

222– Danañu la laaj mbiri gis deratu jigéen. Ni leen : Loolu dafa ànd ag gàlankoor. Ngeen beddeeku seeni jabar ci jamano jooju, te buleen leen jage, soobeeg du danu sellalu. Su ñu sellaloo, na ngeen ñëw ci ñoom, ni ko Yàlla santaanee, dafa sopp niy tuub, dafa sopp ñiy toppato sell.

223– Jigéen ñi seeni tool lañu. Dangeen leen di bay, ni ngeen ko bëggé, fekk lu ko jiitu ngeen aw ci jëfu jullite. Ragalleen Yàlla te xam ni bés daangeen teew ci kanamam. Yëgëlal ajigëm yi xibaar yu neex.

224– Buleen diiroonte ag Yàlla su ngeen dee waat, ni dangeen jub, màndu te ragal ko; xam na lépp, di dégg lépp.

225– Yàlla du leen duma ndax baat bu rëcc ci seeni waat, dafa leen di duma ci jëf yu jógé ci seeni xol.

226– Ñiy ñaan jàpp seeni bopp ci seen diggante ag seeni jabar, may nanu leen ñenti weer. Su fekke ni ci diggante bi danu dellusi ci ñoom, Yàlla yaana, am yërmënde.

227– Su fekke ni fase wi dog na ba wér, Yàlla xam na tey dégg lépp.

228– Jigéen ñi ñu fase, daañu bàyyi lu day na ñatti gis seen bopp, bala ñoo sëyaat. Waruñu nëbb li Yàlla sàkk ci seen biir, su ñu gëmee Yàlla ag Bés bu mujj ba. Li gëne maandu, mooy seeni jëkkër jëlaat leen bu nu nekke ci jamano yooyu, su fekkee ñu bëgg jàmm. Jigéen ñi ci seen diggante ag góor ni, goor ñi ci seen diggante ag jigéen ñi, danu war di jëf, nu maandu – Jëkkër yi ñoo féete kaw seeni jabar Yàlla dafa kàttanu am sago.

229– Fase mënees na ko ñaari yoon. Danga jàpp sa jabar? Japp ko nu rafet; danga koy daxx ? Dàxx ko ag laabir. Yoon mayu leen ngeen denc li ngeen leen joxoon, gannaw ngeen ragal teggi yoonu Yàlla (su ngeen dëkkée ag ñoom). Su ngeen ragale bañ mën leen topp, amuleen ci, muy yeen, muy moom, benn bàkkar, ci lépp lu ku jigéen mën def ngir jaraat ci seen bët. Yooyu ñooy rëdd yi Yàlla tëral. Buleen leen jeggi ndàx ku jeggi dogu Yàlla yi jubëdi.

230– Su jëkkër fasee jabaram ñatti yoon, dootu ko mën jëllaat soobeeg du dafa sëyaat ag jeneen jëkkër, ba kooka fasewaat ko moom itam. Benn bàkkar, toppul kenn ci ñoom, su ñu dellutoo, yaakaar ni daañu topp cantaane Yàlla yi. Yii ñooy cantaane yi Yàlla wax nit ñiy dégg.

231– Su ngeen dee fase jigéen, ba waxtu wa ngeen koy génnee jot, tëyëleen ko, te jàpp ko nu rafet, walla ngeen génnée ko ag laabir. Buleen ko tëye ndax seen doole, ba di ko def lu warul; ku def lu ni mel boppam la ko def. Buleen fowe li Yàlla jàngale, te ngeen fàttaliku xiewali Yàlla, Téeré bi ag xamxam wi mu wàcce ci yeen, te di ci aw ba mën leen xule. Ragalleen ko te xam ni xam na lépp.

232– Su ngeen fasee seeni jabar, ñu toog ba àpp wi mat, buleen leen tere delluwaat ci buumu sëy ag seeni jëkkër, su fekkee ni ñaar ñiy sëy, déggóo nañu ci li ñu gëm, ni jub na. Ndigël loolu dafa jëm ci ñi ci yeen, te gëm Yàlla ag Bés bu mujj ba : doxin woowu moo ëpp tuyaaba. Yàlla xam na te yeen xamu leen.

233– Nday yi ñu fase, daañu nampal seeni doom ñaari at yu matt, su fekkee ni baay bi nangu na àpp wi mat. Baayu xale bi, war na joxe dund ag yëré ndaw si ci nu rafet; kenn warul tegoo lu mu àttanul; bu nday si loru ndax doom ji. Na deme noonu it ci baay bi. Donnkatu baay bi, warugaar yooyu teggunañu ci kawam.Su fekkee ni jabar ag jëkkër danu déggoo feral xale bi lu jiitu, te nangu loolu gannaw ñu diisonte ko, loolu amul bàkkar su ngeen taamoo joxe seen doom ñu nampalal leen ko, loolu dara nekku ci, soobeeg yéena ngiy fay li war. Ragalleen Yàlla te xam ni, mi ngiy gis lépp.

234– Su fekkee ni ñi faatu danu bàyyi ay jabar.– ñooñu war nañu jàpp yedda, ñenti weer ag fukki fan. Su àpp woowu weeso yeen seen yoon dootul nekk ci na ñoo tëyée seen bopp. Yàlla xam na li ngeen di def.

235– Aayul ngeen birël seen bëgu takk, jigéen ñooñu walla ngeen denc ko ci seen biir xol. Yàlla xam na ni daangeen ko xalaati, waaye buleen leen digal ci suuf, te na seen wax ag ñoom set.

236– Buleen dogal sëy bi, lu moy àpp wi mat, te ngeen xam ni Yàlla xam na li ci seen xol; xamleen ni dafa laabir am yërmënde.

237– Amul benn bàkkaar ci fase jigéen ju ngeen dëkkaalewul, te joxuleen ko warugar. Joxleen leen li war nit ki am fi amam tollu, nay nit ki néewle fi yosam tollu, na ñu def nu rafet nu yelloo ag ni ñiy def lu baax di def.

238– Su ngeen dee fase jigeen, lu jiitu dëkkaale, gannaw ngeen joxe warugar, dana tëye gennwàll ga, lu moy mu teggi ci loxoom, walla ki takk sëy bi teggi loxoom ci warugar wi yépp.

239– Matalleen sëkk, julli yi, fegguna foofu, wu digg wi. Ngeen jóg fees dell ag njaamu.

240– Su ngeen ragalee musiba, mën ngeen julli taxaw, mba war fas; su ngeen demee ba mucc, delloosi leen seen xel ci Yàlla, ndax dafa leen jàngal li ngeen xamulwoon.

241– Ñi faatu ci yeen, bàyyi seen jabar gannaw, danu leen di batale may gu leen mën téyé at, te génn kër gi bañ leen war. Su fekkee ni ñoo génné seen bopp, bàkkaar du leen fekk ci ni nu tëyee seen bopp bu rafet. Yàlla kàttanu na am sago

242– Waxtaan wu wér, war na ci seen diggante ag jigéen ñi nu fase; warugar la ci ñi ragal Yàlla.

243– Noonu la leen Yàlla di tekkile tegtalam yi, ba ngeen delloosi seen xel.

244– Ndax setluwoo, ni di ay junne, jógé seeni réew ndax ragal dee. Yàlla moo leen ni : Deeleen. Ba noppi dello leen seen bakkan; ndax Yàlla dafa fees ag mbaax ci nit ñi; waaye ñi ci ëpp duñu ko gërëm ciy xeewalam.

245– Toggleen xare ci yoonu Yàlla, te ngeen xam ni Yàlla day dégg te xam lépp.

246– Ku bëgg lebal lu rëy Yàlla? Yàlla dana ko fullal lu dul jéex; ndax Yàlla day yamale mbaa mu lawal xeewalam ci puugere boppam;te dangeen di dellusi yéen ñépp ci moom.

247– Fàttalikul mbooloo doomi Israyel, bi Maisa faatoo, ba nu nee kenn ci seeni Yónnent : Sàkkal ñu buur, ñu xeex ci yoonu Yàlla. Mu ni leen suñu leen ko sante, ndax dungeen ko bañi ? Lu tax,nu ni, ba duñu xeex ci yoonu Yàlla ñun ñi nu génné dàxx sunu réew te texxale ñu ag sunuy doom ? Waaye ba ñu nee leen aywa! danu soppi seen xalaat, ba mu des tuuti ci ñoom. Waaye Yàlla xam na ñi bon ?

248– Yónnent bi ni leen : Yàlla tànn na Talut ngir nekk seen buur. Nan, ni waa Israyel yi, la mëné doxal nguur ci sunu kaw ? Nun ñoo ko gën yelloo, du sax ku am alal boog. Yonnent bi dellu ni : Yàlla moo ko taann ngir jiite; dafa ko may xamxam ag yaram wu yaa. Yàlla ku ko neex lay jox nguur. Dafa yaa, dafa xam.

249– Yónnent bi ni leen : Naka tegtalu kàttanam, gaalu digaale gi dina ñëw. Ci moom daangeen am muslaayu seen Boroom; dina tàbbal tayle yu giiru Maisa ag Aarona, maalaaka yi ñoo kooy yanu. Loolu dana nekk tegtalu Asamaan ci yeen su ngeen dee ñu gëm.

250– Ba Talut démé ag xarekatam ya, daf leen ni : Yàlla dana leen seetlu ci wàllu dex gii . Ku ci naan dootul bokk ci samay nit ; ki koy muñ (tanx ci rekk ci diggu loxoom) bokk ci limu samay nit. Gannaw tuuti ci ñoom, ñi ci des ñépp danu naan. Ba buur bi ag aji gëm yi jàllee dex gi, ñeneen ñi yóoxu : ñun amuñu doole ju tëye Talut ag xarekatam; waaye ñi gëmoon ñi, ci Bés bu mujj ba, daanu gis kanamu Yàlla, tontu ñooñu : Waaw ñaata yoon, ci mayu Yàlla, la kuréel wu ndaw duma karange mu rëy? Yàlla ñiy muñ la àndal.

251– Bi ñu deme bay bëgg xare ag Talut ag karàngeem ñu ni. Boroom bi may nu ndaan ci kaw xeetu weddikat wii.

252– Te danu ko dàxx ci mayu Yàlla. Daawuda ray Talut. Yàlla jox ko Téeré ba, ag xamxam. Daf ko xamal li mu bëggoon. Su Yàlla dulwon tënk xeet yii ag xeet yee, koon àddina tukkikoon na,.waaye Yàlla dafa baax ci ndunyaa.

253– Nii la kimaanu Yàlla. Danu la leen feeñal ndax ndaw nga lu jógé ci Asaamaan.

254– Danu yëkkati Yónnent yi, ñii tiim ñii. Ñi ci gën kawe mooy ñi Yàlla waxal. Danu yónni Isaa, doomu Mari, maryama mu ànd ag tegtal yu leer, ñu dooleel ka ag xel su cell mi. Su neexoon Yàlla ñi ñew gannaaw gi, bi kimtaam yi feeñee, duñukoon rayante. Waaye danu door di xëccoo; ñii gëm, ñi gëmadi. Su ko Yàlla bëggóon duñuwoon rayante. Waaye Yàlla lu ko neex def.

255– Yeen ñii di aji gëm! Saraxeleen ci alal yi ñu leen sédd bala Bés booba di ñëw ba dootul am jaay mbaa jënd, ba dootul am xaritoo mbaa doxdiggante. Weddikat yi ñooy ni soxor.

256– Yàlla mooy kenn ki, Amul meneen Yàlla mu dul moom, mi di kiy dund, ki di ba fàww. Toxxi mbaa nelaw, amuñu mënéel ci moom. Lu nekk ci Asamaan yi, ag Suuf, moo ko moom. Kan moo mën ñaan njekk lu moy ci mayam ? xam na li nekk ci seen kanam ñoom, ag li nekk ci seen gannaaw; te nit ñi mënuñu ëmb ci xamxamam lu dul li mu leen ci nangu jàngal. Toogoom dafa law ci asamaan yi, ag suuf si, te wattuleen jafewu ko dara. Dafa di ki kawe ca kaw, di ki màgg.

257– Bunduxatal dafa amul ci diine. Dëgg dafa wuteeg njumte. Ki dul gëm Tagut, te di gëmi Yàlla, kooku jàpp na baatu ndaa wu dëggër wu jéggi toj. Yàlla dafay dégg, te xam lépp.

258– Yàlla moo yelif ñi gëm, dafa leen di jëlé ci lëndëm jëmé ci lerànge.

259– Naka weddikat yi, Tagut mooy seen kiiraay. Dafa leen di jële ci leeràage, jëmé ci lendëm ; danu leen di batale làmmiñu Safara fa ñoo dëkk ba fàww.

260– Mësulo dégg kooku doon werante ag Ibrayma ci Yàlla ji ko joxoon nguur ? Ibrayma dafa ni woon : Sama Boroom mooy kiy ray di dekkali. Man mii, ni keneen ki, maay ray ag di delloo dund. Yàlla ni ko Ibrayma, day jëlé naaj wi Penku, endé ko Sawwu; wéddikat wi mës. Yàlla du wommat saysay si.

261– Walla danga mësul dégg xabaaru kooku doon tukki te bés mu jaar ci dëkk, wu ñu walbati ba ca butit ya, te muy laaj : Nan la Yàlla di dekkaliwaate dëkk bi dee ? Yàlla ray ko moom; Noona mu toog téeméeri at, mu dekkaliwaat ko te di ko laaj : Lu day nan nga toog nii ? Benn bés walla ay waxtu doŋŋ ni tukkikat ba. Déedeed ni Yàlla, toog nga lu day na téemeeri at. xoolal sa lekk ag sa naan : yaxxooguñu; xoolal sa Mbaam (dara desatu ci, lu mooy ay yax). Danu bëggoon def la ngay tegtal, ba gindi nit ni. Seetal ni ñoo

delloo yax yi, ag di leen muure suux. Ba mu gise kimtaan woowu, tukkikat ba ni : Nangunaa ni Yàlla ku mën lépp la.
262– Ba Ibrameen nee Yàlla : Boroom bi, wan ma ni ngay dekkalee ñi dee, Yàlla ni ko : Ndax danga gëmëtul ba tay ? Gëm naa ni Ibrayma, waaye na sama xol nangu bu wér. Yàlla ni ko noonu : Jëlàl ñenti picc daggatleen, tasaareel seeni cér, ci puju tund,te boo noppee, nga woo leen : daanu ñëw fekksi la; te nga xam ni Yàlla kàttan la, ag sago.
263– Ñiy dugal seeni amam ci yoonu Yàlla, danu mel na pepp woowu di meññ juroom ñaari poxx yoo, wu ci nekk day joxe téeméeri pepp. Yàlla day yokk amamu ku mu bëgg. Dafa yaa te xam.
264– Ñiy dugël seeni amam ci yoonu Yàlla, te boolewuñu ci seen joxe xultu mba jëfin yu ñaaw, daañu am neexal ci wallu seen Boroom. Ragal du wacc ba ci ñoom, te kenn du leen sonal.
265– Baat bu wér, fàtte fu ñu la tooñe, moo gën sarax su ànd ag jëfin yu ñaaw. Yàlla dafa am te laabiir.
266– Yéen ajigëm yi, buleen yàxx seeni sarax ndax xule, mbaa ndefin yu bon, na kooku di def maye ngistal, te gëmul Yàlla, gëmul Bés bu mujj ba. Dafa niroo ag tund wu doje woowu, sàngoog pënd; na taw bu doole dal ci tund wi, du ci bàyyi lu moy doj. Nit ñu ni mel duñu am lu meññ jógé ci seeni jëf, ndax Yàlla du wommat weddikat yi.
267– Ñiy dugal seen alal, ngir neex Yàlla, ngir dëgëral seen màndute danu mel na tool bi ñu ji ci peggu tund wu ñu nandalalo taw bu bari, te ñu yokk ñaari yoon, doomi garab ya. Su ci tawul mu def lay Yàllaa, ngiy gis li ngeen di def.
268– Ndax kenn ci yeen bëgg na am aw tool wu ñu ji ay tàndarma ag wiin yu ndox yuy wal di nandal, am xosi doomi garab yepp, dellu ci biir mbanneexoom, ci yooyu yepp, magat dabe ko fa, fekk mu am doom yu ndaw, benn daayu safara su rëy, lekk tool ba. Noonu na leen Yàlla di yeete : Ñàkkul ngeen endi ci seen xel, gëstu ko.
269– Yeen aji gëm yi! Dileen sarxe li dàxx ci li ngeen am ci yi ñu leen meññalal, génné leen ci suuf si. Buleen séddëlé wàll yi yées ci seen amam.

270– Noo ko nangukulwoon yaw ci sa bopp, lu moy nga déggóo ko ca suuf ag ki la koy may. xamal ni Yàlla am na alal, te fees na ag jaloore.

271– Saytaane dafa leen di xoxxatale ndóol te di leen digal jëf yu bon; Yàlla baal leen la leen digal ag iy xeewalam; te Yàlla yaa na, xam na.

272– Dafa may xamxam ku ko soob. Te ku jot ci xamxam, jot ci alal ju rëy, waaye nit ñi am xell doŋŋ ñoo koy xalaat.

273– Sarax si ngeen di defi, ñaan wi ngeen di waxi, Yàlla dana leen xam. Ñi soxor duñu am menn ndimmël. Dangeen di sarxe mu fés ? Baa na. Dangeen koy def ci suuf di dimmale neewjidoole yi ? Looloo gënëti .Jëfin wu ni mel, day far seeni bàkkaar . Yàlla xam na li ngeen di def.

274– Santuñu la nga jubbënti weddikat yi . Yàlla mooy jubbënti ñi ko sóob. Lépp lu ngeen mës séddëlé ciy may dana walbëtiku di seen njërin. Lépp lu ngeen séddëlé, ngir bëgg teg bët ci kanamu Yàlla,daanu leen ko fay, te kenn du leen teg lu jaaduwul. Am na ci yéen ay neewjidoole ñu takku ngir doŋŋ xeex ci yoonu Yàlla wi, ba mëna dëkk ci reew mi. Ki xamul, dafa leen jàppe ñu am, ndax li ñu wayaf, daa leen xàmme ci seeni mandarga, duñu gétën nit ñi ndax seeni laaj. Lépp lu ngeen jox nit ñooñu, Yàlla dana ko xam.

275– Ñiy sarxe guddi mbaa bëccëg, ci biir ag ci biti, daañu ci jot neexalal Yàlla. Ragal Yàlla dana wàcc ci ñoom, te dunu leen mbugël.

276– Ñiy wann alalu ribaa daañu yewwu bésu ndekki ba na ku saytaane laal taxal. Loolu ndax danu naan ribaa moog jaay benn la. Yàlla dafa maye ñu jaay, dafa tere ribaa. Ki yëgle Yàlla woowu, yeksi ciy noppam, ba mu bàyyi ñaawteef woowu, dana am mbaal mu far li weesu. Mbiram diggantéem ag Yàlla rekk moo ci des. Ñi delluwat ci ribaa, daañu leen jébbal Safara, ñu dëkk ca ba faww.

277– Yàlla dana riitale ribaa meññal sarax. Yàlla sib na béppu weddikat ag naaféxx. Ñi gëm tey def lu baax, di topp julli yi tey sarxe, daañu jot neexalu seen Boroom. Ragal du wàcc ci ñoom, te kenn du leen mbugël.

278– Yeen aji gëm yi! Ragalleen Yàlla, te ngeen bàyyi li ngeen dese ci ribaa su ngeen gëmée.

279– Su ngeen ko deful, xaarleen di nég xeex ci wàllu Yàlla ag Yónnentam. Su ngeen tuubee seen njiwtal des ci yeen ba tay. Buleen lor kenn, te buleen kenn lor.

280– Su ki leen ameelee nekkee ci diggante, muñleen ba mu gën féex. Su ngeen ko delloo bor bi, mo ëpp tuyaaba ci yeen, su ngeen ko xame.

281– Ragalal, bés ba ngeen di dellu ci Yàlla, ba bakkan bu nekk nu fay ko jefëm duñu lor kenn.

282– Yéen aji gëm yi, su ngeen lebee lu ñuy fay ci jamano, tërëlleen ko ci mbind. Na ko bindkat teg bu wér ci mbind. Bu bindkat bi bañ bind ci xamxam bi ko Yàlla sa. Na bind te kiy leb, déktal ko li muy bind. Na ragal boroomam, te bañ ci teggi li gëna tuuti. Su lebkat bi xamul mbaa amul kàttan, walla su mënul dektal moom ci boppam, li ñuy bind, naka kelifaam dégtalal ci lu wér, li ñuy bind;.wooleen ñaari seede yu ngeen tànn ci seen biir; su ngeen amul ñaari góor, wooleen ci kenn ag ñaari jigéen ci ni xam, na ka ñoo seedee, ba su kii fàtte, kee mën fattaliku li ñu tëral. Seede yi waruñu bañ wax benn jamano ju ñu leen ko laajee. Buleen xeeb bind bor, nay wu ndaw mbaa wu mag, te na ngeen birël àpp wi. Jëfin woowu moo gën jub ci wallu Yàlla, gën dëppoo ag seede, gën set ci dindi werante, lu moy xana jëfënte wu teew ci bët yi; foofu bàkkar amu fa, su ngeen bindul jëfënte wi. Wooleen ay seede ci seen jëfente, te buleen bunduxatal, nay bindkat bi, nay seede bi. Su ngeen ko defee, wacc yoon; Ragalleen Yàlla, moo leen di yee, te yewwu na ci lepp.

283– Su ngeen nekke ci yoon, te gisuleen bindkat foofu, tayle am na fi yoon. Waaye su ki denke kee këfin, na ki ñu dénk tayle wi, dello ndenkaane mi, na mu meloon; na ragal Boroomam. Buleen bañ seede, ku ko bañ sa xol dafa dëng. Waaye Yàlla xam na seeni jëf.

284– Lépp lu ne ci Asamaan yi, ag Suuf yi, moomeelu Yàlla la; Ngeen jëf ci bésu kàmm : ngeen jëf di nëbb, dana leen layoloo; dana baal ki ko sóob, duma ku mu bëgg. Yàlla dafa di kàttan mépp.

285– Yónnent, dafa gëm li ko Boroom bi yonné. Aji gëm yi danu gëm Yàlla ag malaakaam yi, ag téeréem yi, ag ndawam yi.

Dañu naan: Dugaluñu ràññee ci diggante Yónnenti
Asamaan yi. Dégg nañu, te nangu nañu. Baal ñu suñuy
bàkkaar, yaw Boroom bi. Dañuy dellusi ñun ñepp ci yaw.
286– Yàlla du teg menn ruu sas wu weesu kàttanam. Li muy def,
dana ko ko wañña li mbaa ñu wàññali ko ko. Boroom bi, bul
nu duma ciy tooñ yu nu tooñ, ndax fàtte mbaa njumte.
Boroom bi, bul nu teg yan yi nga sasoon ñi nu fi jiitu, ci
seen dund. Boroom bi, bul nu teg lu nu mënul àttan . Faral
suniy bàkkaar. Baal nu leen. Yërëm nu, yaay sunu Boroom.
May nu ndam ci kaw ngëmedi yi.

Suraat wi jekk
Wacce Màkka 7 laaya
Benn – Senn – Menn la – Raax Menn – Raax Yerem

1– Màggalu Yàlla buuru dunyaa
2– Raax Menn, Raax yërem.
3– Buuru bésu séddële ba.
4– Yaw lanuy jaamu, yaw lanuy ñaan ndimmal.
5– Teg nu ci yoon wi jub,
6– Ci yoonu ñi nga bégale say mbaax;
7– ñi la merloowul te réeruñu

L'Afrique Noire à L'Harmattan

Dernières parutions

POCHON Jean-François, *Zimbabwe, une économie assiégée*, 272 p.
VARSIA Kovana, *Précis des guerres et conflits au Tchad*, 160 p.
SIKOUNMO Hilaire, *Jeunesse et éducation en Afrique Noire*, 172 p.
TORRENZANO Antonio, *L'imbroglio somalien. Historique d'une crise de succession*, 128 p.
VILLERS Gauthier de (coordinateur), Belgique/Zaïre. *Une histoire en quête d'avenir*, Cahiers Africains, n° 9-10-11, 348 p.
WEISS Herbert , *Radicalisme rural et lutte pour l'indépendance au Congo-Zaïre. Le cas du Parti Solidaire Africain*, 372 p.
WILLAME Jean-Claude, *Gouvernance et pouvoir. Essai sur trois trajectoires africaines : Madagascar, Somalie, Zaïre*, Cahiers Africains, n° 7-8, 206 p.
YAMEOGO Hermann, *Repenser l'État africain – Ses dimensions et prérogatives*, 256 p.
Revue Lusotopie, "Géopolitiques des mondes lusophones", n° 1-2, coédition CEAN/Maison des pays Ibériques/L'Harmattan, 448 p.

Le Congo-Zaïre à L'Harmattan

Collection ***Zaïre-Histoire et Société***
dirigée par Benoît Verhaegen

Dernières parutions

DORLODOT Philippe de, *Les réfugiés rwandais à Bukavu (Zaïre)*, préface de R. Minani, Postface de F. Reyntjens, 320 p.
MARCHAL Jules, *E.D. Morel contre Léopold II – L'Histoire du Congo 1900-1910*, 2 vol., 840 p.
MIANDA Gertrude, *Femmes africaines et pouvoir, les maraîchères de Kinshasa*, Préface de C. Coquery-Vidrovitch, 224 p.
RYCKMANS Geneviève, *André Ryckmans, un territorial du Congo Belge – Lettres et documents 1954-1960*, préface de J. Kestergat, introduction de J. Vanderlinden et B. Verhaegen, liminaire de M.-Th. Legrand-Dewez.
TSHIALA LAY, *Sauver l'École-Stratégies éducatives dans le Zaïre rural*, préface de P. Erny, 206 p.
TABLE DE CONCERTATION SUR LE ZAÏRE, *Chronique d'une transition inachevée – Zaïre 1992-95*, préface de J.-F. Ploquin, postface de P. Rosenblum, 368 p.

Collection *Encres Noires*
dirigée par Maguy Albet
et Alain Mabanckou

Dernières parutions

N°142 Essomba, *Les lanceurs de foudre*
N°143 Thérèse Kuoh Moukoury, *Rencontres essentielles.*
N°144 Mamadou Gayé, *Lait caillé.*
N°145 Denis Oussou-Essui, *Rendez-vous manqués.*
N°146 Auguy Makey, *Sur les pas d'Emmanuel.*
N°147 Ruben Nwahba, *L'Accouchement*
N°148 Charles Carrère, *Mémoires d'un balayeur,* et *contes et nouvelles.*
N°149 Salim Hatubou, *Le sang de l'obéissance.*
N°150 Blaise Aplogan, *Les noces du caméléon.*
N°151 Komlanvi J.M. Pinto, *L'ombre du Karité.*
N°152 Adamou Ide, *Talibo, un enfant du quartier.*
N°153 Moudjib Djinadou, *L'avocat de Vanessa.*
N°154 Emile Biti Abi, Myriam, *la fille du tonnerre bienfaiteur.*
N°155 Aniceti Kirereza, *Les enfants du faiseur de pluie.*
N°156 Jimi Yuma, *Bagraines*, nouvelles.
N°157 Dominique M'Fouilou, *La salve des innocents.*
N°158 Kiridi Bangoura, *Le baptême des chiots.*
N°159 Seydi Sow, *Misères d'une boniche.*
N°160 Idris Youssouf Elmi, *La Galaxie de l'absurde*
N°161 Jean-François Alata, *Racines brisées*
N°162 Harouna-Rachid Ly, *Le réveil agité.*
N°163 Koumanthio Zeïnab Diallo, *Les épines de l'amour.*
N°164 Bernard Ilunga Kayombo, *Pleure ô pays, ou Les naufragés de l'histoire.*
N°165 Alain Patrice Nganang, *La promesse des fleurs.*
N°166 Abel Sime, *Le passé composé du crime.*
N° 167 Germain Séhoué, *Au nom d'Houphouet.*

Collection *Alternances et Développements*
*dirigée par Jean-Claude DAIGNEY**

*Directeur de l'Union Nationale des Maisons Familiales rurales
(36, allée Vivaldi, 75012 Paris)

Déjà parus

AUBEGNY Jean, *L'évaluation des organisations éducatives.*
AUBEGNY Jean, *Les pièges de l'évaluation.*
BACHELARD Paul (ed), *Les acteurs du développement local.*
BACHELARD Paul, *Apprentissage et pratiques d'alternance.*
BRIFFAUD Joël, *De l'urbain au rural.*
CHAPUT Monique, LIETARD Bernard, PINEAU Gaston, *Reconnaître les acquis: démarches d'exploration personnalisée.*
CHARTIER Daniel, LERBET Georges (eds), *La formation par production de savoirs.*
CHARTIER Daniel, *A l'aube des formations par alternance.*
CLÉNÉT Jean, GÉRARD Christian, *Partenariat et alternance en éducation. Des pratiques à construire.*
COUDRIEAU Hubert, *La science des systèmes et les exploitations agricoles.*
COUDRIEAU Hubert, *L'exploitation agricole: pilotages, tensions, complexités.*
DEGORCE André, *Atmosphère et efficience éducative.*
DENOYEL Noël, *Le biais du gars: travail manuel et culture de l'artisan.*
DUFFAURE André, *Education, milieu et alternance.*
ECHO, *Des rendez-vous manqués? La classe de seconde.*
GAUTREAU Guy, *L'éclatement rural et les valeurs humaines.*
GEAY André, *De l'entreprise à l'école: la formation des apprentis.*
GIMONET Jean- Claude, *Alternance et relations humaines.*
GOUZIEN Jean-Louis, *La variété des façons d'apprendre.*
GUILLAUMIN Catherine, *Une alternance réussie en lycée professionnel.*
LERBET Georges, *Approche systémique et production de savoir.*
LERBET Georges, *L'insolite développement.*
LERBET Georges, *De la structure au système.*

Les Cahiers de
la Bibliothèque du développement

Déjà parus

Gabriel ZOMO YEBE, *Comprendre la crise de l'économie gabonaise*, 1993.
Jean-Paul AZAM, Catherine BONJEAN, Gérard CHAMBAS, Jacky MATHONNAT, *Le Niger, la pauvreté en période d'ajustement*, 1993.
Jean-Yves LESUEUR, Patrick PLANE, *Les services publics africains à l'épreuve de l'assainissement : une évaluation économique et sociale*, 1994.
Christian GROOTAERT, *Réformes économiques et analyse de la pauvreté, l'expérience de la Côte d'Ivoire*, 1996.
Paul NOUMBA UM, *La privatisation des télécommunications, le cas des pays en développement*, 1997.

Collection *Forum du Tiers Monde*

Dernières parutions

Sous la direction de S.AMIN, *Le Maghreb : enlisement ou nouveau départ ?*, 1996
AMIN S., *Les défis de la mondialisation*, 1996.
NOHRA F., *Théories du capitalisme mondial*, 1997.
HAMMOUDA H.B., *Les pensées uniques en économie*, 1997.
AMIN S., *Critique de l'air du temps. Le cent cinquantième anniversaire du manifeste communiste*, 1997.

Collection *Études Africaines*

Déjà parus

Alfred BOSCH, *Nelson Mandela – Le dernier titan.*
Ambroise KOM, *Éducation et démocratie en Afrique – Le temps des illusions.*
ATANGANA, *Éducation scolaire au Cameroun.*
Claude RAYNAUD, *Sociétés d'Afrique et Sida.*
Thibaut MOURGUES, *Les Ethiopiens. La Misère et la Gloire.*
Fweley DIANGITUKWA, *Qui gouverne le Zaïre ? La république des copains. Essai.*
Fabien EBOUSSI BOULAGA, *La Démocratie de transit au Cameroun.*
Jean-Pierre LACHAUD, *Les Femmes et le marché du travail urbain en Afrique subsaharienne.*
Olivier MEUNIER, *Dynamique de l'enseignement islamique au Niger.*
Olivier MEUNIER, *Les Routes de l'Islam. Anthropologie politique de l'islamisation de l'Afrique de l'Ouest en général et du pays Hawsa en particulier, du VIIIè au XIXè siècle.*
Heike BEHREND,*La Guerre des esprits en Ouganda. Le mouvement du Saint-Esprit d'Alice Lakwena (1985-1996).*
Jean-Baptiste N. WAGO, Préface de Lahsen ABDELMALKI. *L'Afrique face à son destin. Quel projet de développement en l'an 2000 ?*
Manuel RUBEN N'DONGO, *L'Afrique Sud-Saharienne du XXI ème siècle. Programme d'un émissaire pour l'Afrique.*
Jean-Claude GAKOSSO, *La nouvelle presse congolaise.*
Emmanuel AMOUGOU, *Etudiants d'Afrique en France. Une jeunesse sacrifiée ?*
Jean-Paul NGOUPANDE, *Chronique de la crise Centrafricaine. Le syndrome Barracuda.*
Bruno JAFFRÉ, *Biographie de Thomas Sankara. La patrie ou la mort...*
Jean-Bernard OUÉDRAOGO, *Violences et Communautés en Afrique noire.*
Suzie GUTH, *Lycéens d'Afrique.*
Colette DUBOIS, *Djibouti 1888-1967, héritage ou frustration ?*

Collection *Pour mieux connaître le Tchad*

Le but de cette nouvelle collection est de contribuer à l'édification du Tchad moderne en permettant aux Tchadiens de mieux connaître leur pays dans toute sa diversité et sa richesse. Nous comptons publier des travaux inédits, des documents d'archives, des traductions françaises d'ouvrages étrangers et réimprimer des textes devenus introuvables. Nous resterons ouverts à toute suggestion émanant de nos lecteurs.

Déjà parus

Paul CRÉAC'H. *Se nourrir au Sahel. L'alimentation au Tchad (1937-1939)*, 1993.
Sadinaly KRATON. *La chefferie chez les Ngama,* 1993.
Jean MALVAL. *Ma pratique médicale au Tchad (1926-1928),* 1993.
L'identité tchadienne. *L'héritage des peuples et les apports extérieurs. (Colloque INSH novembre 1991)*, 1994.
Marie-José TUBIANA. *Femmes du Sahel, Regards donnés. – Women of the Sahil, Reflections.* (Photographies, texte bilingue), 1994.
Daoud GADDOUM. *Le culte des esprits margay ou maragi chez les Dangaléat du Guéra*, 1995.
Bernard LANNE. *Répertoire de l'administration territoriale du Tchad,* 1995.
Claude DURAND. *Fiscalité et politique. Les redevances coutumières au Tchad : 1900-1956,* 1995.
Netcho ABBO. *Mangalmé 1965 : la révolte des Moubi,* 1996.
François GARBIT. *Carnets de route d'un méhariste au Tchad,* 1996.
Peter FUCHS, *La religion des Hadjeray,* 1997.
Pierre HUGOT. *La transhumance des Arabes Missirié,* 1997.

A paraître

Gérard BAILLOUD. *Peintures rupestres en Ennedi.*

Le Cameroun à L'Harmattan

Dernières parutions

Agir et Survie : *France-Cameroun – Croisement dangereux !* (Dossiers Noirs de la Politique Africaine de la France n° 7), 96 p.
EBOUA Samuel : *Ahidjo et la logique du pouvoir*, 236 p.
EBOUA Samuel, *Une décennie avec le Président Ahidjo*, 176 p.
EBOUA Samuel, *D'Ahidjo à Biya. Le changement au Cameroun*, 272 p.
LEENHARDT Olivier, *La catastrophe du lac Nyos au Cameroun – Des mœurs scientifiques et sociales*, 190 p.
MOUELLE KOMBI N., *La politique étrangère du Cameroun*, 240 p.
OWONA Adalbert, *La naissance du Cameroun, 1884-1914*, 224 p.
NKAINFON PEFURA Samuel, *Le Cameroun du multipartisme au multipartisme*, 254 p.
OKALA Jean-Tobie, *La décennie Biya au Cameroun – De la grâce à la disgrâce*, 206 p.
Fontaine Michel, *Santé et Culture en Afrique Noire – Une expérience au Nord-Cameroun*, 320 p.
SIKOUNMO Hilaire, *Jeunesse et Éducation en Afrique Noire*, préfacé par Pierre Erny, 192 p.
ELA Jean-Marc, *Restituer l'histoire aux sociétés africaines – Promouvoir les sciences sociales en Afrique Noire*, 182 p.
ELA Jean-Marc, *Afrique – l'irruption des pauvres*, 260 p.
MOUKOKO Priso : *Cameroun/Kamerun, la transition dans l'impasse*, préfacé par Fosto Djemo, 172 p.
NYA NJIKE Pierre, *L'art culinaire camerounais*, 160p.

Collection *Le Livre en Afrique*

Déjà parus

Jacques OSSÉTÉ, *Le livre scolaire au Congo,* 1996.
Sié KONATE, *La littérature d'enfance et de jeunesse en Côte-d'Ivoire : structures de production et de distribution du livre pour enfants*, 1996.
Marie CHATRY-KOMAREK, *Le livre en Afrique : vers une édition scolaire*, 1997.